நாங்கள் வாயாடிகளே!

சாந்தசீலா

HER Stories

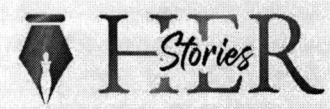

நாங்கள் வாயாடிகளே!

சாந்தசீலா

Naangal vayadigalae

© Shanthasheela

ஹெர் ஸ்டோரிஸ் ஆசிரியர்கள்

நிவேதிதா லூயிஸ், சஹானா & வள்ளிதாசன்

எடிட்டிங் உதவி

கோகிலா

வெளியீடு

ஹெர் ஸ்டோரீஸ்

15, மகாலக்ஷ்மி அபார்ட்மெண்ட்ஸ், 1, ராக்கியப்பா தெரு, சென்னை-600004

+91 75500 98666 strong@herstories.xyz www.herstories.xyz

நூல் வடிவமைப்பு

UK Designs உதயா

உருவாக்கம்

கலைடாஸ்கோப், சென்னை +91 9840969757

HS books # 0023 | Her Stories Education # 0001

முதல் பதிப்பு

2023 மார்ச்

₹ 160

குழந்தைகளைப் புரிந்துகொள்ள ஒரு முயற்சி!

மனிதவளத்தைப் பண்படுத்தி வளப்படுத்துவதில் முக்கிய பங்கு வகிப்பது கல்வியே! பொதுசமூகத்தில் கல்வி சார்ந்த உரையாடல்களுக்கான தளங்கள் போதாமையாகவே உள்ளன. அவை இன்னும் விரிவாக்கப்பட வேண்டும். கல்விக்கான இயங்குவெளியே போதாமையாக உள்ள சூழலில் பெண்கல்விக்கான இயங்குவெளி இன்னும் அருகியே உள்ளது என்பது அனைவரும் அறிந்ததே! கல்வித்தளத்தில் புதிராக, புரிந்துகொள்ள இயலாமல் தடுமாறுதல், துடிப்பு, வேகம், தடுமாற்றம், உணர்வுக்குவியல் என பன்முகங்களைக் கொண்ட வளரிளம் குழந்தைகளைப் புரிந்துகொள்ள இயலாமல், முயற்சிக்காமல், நாம் தனித்து 'ஏன் இவர்கள் இப்படி இருக்கிறார்கள்' என நம்மிலிருந்தே அவர்களைப் பார்த்து வியந்தோம், சமாளிக்கத் தடுமாறினோம். அதும் கொரோனாவிற்குப் பிந்தைய காலங்களில் இன்னும் அதிகரித்தாலும் அரசு பள்ளிகளில் அதிகரித்தது என அதிகப்படியான தோற்றத்தை ஊடகங்கள் விதைக்கத் தவறவில்லை.

குழந்தைகளை மையமாகக் கொண்ட கல்வியே சிறந்த கல்வியாக இருக்க முடியும். அதுவும் வளரிளம் பருவத்திற்கேயான மாற்றங்களை, சிக்கல்களைக் குழந்தைகள் சமூக கண்ணாடி கொண்டு புரிந்துகொள்ள முயற்சித்துக் கொண்டிருக்கும் சூழலில் பள்ளிக்கல்வியும் அவர்களிடத்தில் ஒரு வித அழுத்தத்தை ஏற்படுத்திக் கொண்டுதான் இருக்கிறது. அதிலும் பெண் குழந்தைகளுக்கான இயல்பான இயங்குவெளி சமூகக் கற்பிதங்களால் பல்வேறு வகைகளில் முடக்கப்பட்டு, அடக்கி ஒடுக்கி வளர்க்கப்படுகிறார்கள். பெண்கல்வி இந்த நவீன நூற்றாண்டிலும் இன்னும் முன்னோக்கிப் பயணிக்க வேண்டிய அத்தியாவசியத் தேவை உள்ளது. அது நம் சமூகத்தின் முன்னேற்றத்தை அடக்கியுள்ளது.

பொது சமூகத்துக்கு – குறிப்பாக ஆசிரிய சமூகத்துக்கு குழந்தைகள் – அதிலும் குறிப்பாக வளரிளம் குழந்தைகள் குறித்து அறிவியல்பூர்வமான புரிதல்களை வளர்த்துக் கொள்ள வேண்டிய தேவை இருக்கிறது என்பதைக் குழந்தைகளிடம் பழகும் அத்துணை ஆசிரியர்களும் உணர்ந்து தம்மை மேம்படுத்திக் கொண்டுதான் இருக்கிறார்கள். இல்லையெனினும் மேம்படுத்திக் கொள்ள முன்வர வேண்டும். அந்த வகையில் இந்நூல் பேசும் பெண்கல்வி

சார்ந்த சிந்தனைப்போக்கு என்பது நிறைய தேடல்களில் வழி பல புரிதல்களை எமக்களித்தது. அது குழந்தைகளைப் புரிந்துகொள்ள முயற்சிக்கும் அத்துணை நபருக்கும் உதவியாக இருக்குமென நம்புகிறேன்.

வாசிப்புப் பழக்கம் சிறுவயதிலிருந்தே எனக்கு வாய்க்கப் பெற்றிருந்தாலும் எழுதுவது என்பதற்கு இந்நூலே முதல் வாயிற்படி. கல்விசார் தளத்தில் இந்நூல் உரையாடல்வழி அதிர்வை ஏற்படுத்தும் என்ற திடமான நம்பிக்கை இருக்கிறது.

அனுபவங்கள் எழுத்தில் ஏறுவதே காலத்திற்கும் நிற்கும் ஆவணம். அதற்கு என்னைப் பரிந்துரை செய்த அன்பு நண்பர் இனியன் மற்றும் ஹெர் ஸ்டோரிஸ் இணை நிறுவனர் நிவேதிதா அக்காவுக்கு என் மகிழ்நிறை நன்றி.

பெண்ணாகச் சமூகக் கட்டமைப்புகள், கற்பிதங்கள் எனப் பலவும் என்னை நெருக்கிய போதும் சுதந்திர வெளியைச் சுவாசிக்க கைபிடித்து அழைத்துச் சென்ற அன்பு அம்மா சம்பூர்ணம், எந்நிலை வந்தபோதும் துணிவையும் நம்பிக்கையும் விடாத எனை வளர்த்தக் கிழவியும் அன்பான ராட்சசியுமான பாட்டி தங்கம்மாள் மற்றும் பெண்கள் சமத்துவத்துக்காக உழைத்த அத்துணை பேரையும் முன்னத்தி ஏராக பயணத்தில் கைக்கொள்கிறேன்.

எழுதும் பயணத்தில் ஊக்கப்படுத்திய தந்தை கந்தசாமி, இணையர் சிலம்பு, சுடரொளி, உடனுக்குடன் கருத்து பகிரும் தலைமை ஆசிரியர் ஜெயராஜ், பாலசரவணன் மற்றும் கருத்துகள் அளித்து உதவிய அத்துணை பேருக்கும் அன்புநிறை நன்றி.

இந்நூல் எவையெல்லாம் கேள்விக்குட்படுத்துகிறது என நுண்ணிய பார்வையுடனான அணிந்துரை வழங்கிய ஊடகவியலாளர் கவிதா முரளிதரன் அவர்களுக்கு மகிழ்வும் நன்றியும்.

பெண் கல்விக்கான இயங்குதள அனுபவத்தை அளித்து, எழுத உத்வேகம் அளித்த பள்ளிக் குழந்தைகளுக்குப் பேரன்பு. அவர்கள் இல்லையேல் இந்நூல் சாத்தியமில்லை. இதனை குழந்தைகளைப் புரிந்து கொள்ள நினைக்கும் அனைவரும் வாசிக்க வேண்டுகிறேன். அதிலும் குறிப்பாக ஆசிரியர்கள் வாசித்துக் கருத்துகளைப் பகிர்ந்தால் பெண்கல்வி இன்னும் மேலும் வலுப்பெறும் என்ற பேரவாவுடன் பயணத்தைத் தொடர எண்ணுகிறேன். இந்நூலை வெளியிடும் ஹெர் ஸ்டோரிஸ் அமைப்புக்கு நெஞ்சார்ந்த நன்றி.

அன்புடன்
சாந்தசீலா

இரண்டு சம்பவங்களும் இந்தப் புத்தகமும்

கவிதா முரளிதரன்

கால் நூற்றாண்டு கால ஊடக அனுபவத்தில் பல விஷயங்கள் என்னை பாதித்திருக்கின்றன. ஆனால், கடந்த நான்கு, ஐந்து வருடங்களில் நடந்த இரண்டு சம்பவங்கள், அவை பற்றி கட்டுரைகளை எழுதிய காலகட்டங்கள் கடுமையான தொந்திரவுகளையும் பதிலற்ற கேள்விகளையும் விட்டுச் சென்றிருக்கின்றன.

சம்பவம் ஒன்று: கஜா புயலில் ஏற்பட்ட பாதிப்புகளில் அதிகம் பேசப்படாத பாதிப்பு அது. பட்டுக்கோட்டைக்கு அருகில் இருந்த கிராமம் ஒன்றில் 14 வயது பள்ளிச் சிறுமி புயலில் சிக்கி இறந்திருக்கிறாள். அங்கு நடந்த பல இழப்புக்களில் இது ஒன்றும் குறிப்பிடத்தகுந்த இழப்பு இல்லை என்று முதல் பார்வையில் தோன்றலாம். ஆனால், மாதவிடாய் காரணமாக அந்த குழந்தை தனித்து தங்க வைக்கப்பட்டிருந்த குடிசையின் மீது புயல் வீசிய இரவில் தென்னை மரம் விழுந்ததில்தான் அவள் இறந்திருக்கிறாள். கொன்றது புயல் மட்டுமல்ல, பெண்ணுக்கு எதிரான ஒரு சடங்கும்கூட.

சம்பவம் இரண்டு: அந்த சம்பவம் நடந்து இரண்டு வருடங்கள் கழித்து, மதுரைக்கு அருகில் இருந்த ஐந்து கிராமங்களுக்கு ஊடகவியல் பணி தொடர்பாக சென்றிருந்தேன். அந்த ஐந்து கிராமங்களிலும் மாதவிடாய்க் காலங்களில் பெண்கள் தங்களது வீடுகளில் தங்கியிருக்காமல், கிராமத்துக்கு பொதுவான கட்டடங்கள் போன்ற இடங்களில் தங்கியிருக்க வேண்டும். அதில் சில இடங்களில், கழிப்பறை வசதி இல்லை. இருபது வருடங்களுக்கு முன்பே எழுத்தாளரும் ஆவணப்பட இயக்குனருமான கீதா இளங்கோவனின் மாதவிடாய் ஆவணப்படத்தில் இந்த கிராமங்கள் குறித்த தகவல் இருந்தது. அங்கு செல்வதற்கு முன்பு கீதாவிடம் பேசினேன். "இப்போதும் அந்த வழக்கம் இருக்கிறதா என்று தெரியவில்லை. இருக்க வாய்ப்புகள் அதிகம்" என்று சொன்னார். அந்த பகுதியில் வேலை செய்யும் ஒரு இடதுசாரி தோழருடன் காரில் நான் சென்று இறங்கிய போது அங்கிருந்த பெண்களிடத்தில் ஒரு சின்ன

பரபரப்பும் பதற்றமும் இருந்தது. ஆனால், அவர்களுடைய அந்த 'இடம்' பற்றி தெரிந்து கொள்ள வந்திருக்கிறேன் என்றதும் ஆசுவாசமானார்கள். "கெஸ்ட் ஹவுஸ் பத்தியா" என்று அலட்சியமாக அங்கு அழைத்துச் சென்றார்கள். அந்த 'கெஸ்ட் ஹவுஸ்'களை விட அவற்றை பெண்கள் இயல்பாக ஏற்றுக் கொண்ட ஒரு நிலைதான் உண்மையில் பாதித்தது. ஆதிக்கத்தை எந்தவிதமான எதிர்கேள்வியுமின்றி ஏற்றுக் கொள்ள இந்த சமூகம் பெண்களை பழக்கி வைத்திருக்கிறது என்கிற உண்மை முகத்தில் அறைந்த கணம் அது.

பிறப்பதற்கு முன்பிலிருந்து இறந்த பின்னாலும் வரை, இந்த சமூகமும் குடும்பம் என்கிற நிறுவனமும் ஆதிக்கத்தை ஒரு கண்ணியாக பெண்ணின் மீது செலுத்திக் கொண்டேயிருக்கிறது. நுட்பமான, ஆனால் தீவிரமாக முடக்கி வைக்கும் ஆதிக்கத்தின் வலைப்பின்னலிலிருந்து ஒரு பெண் மீண்டெழுவது என்பது கிட்டத்தட்ட சாத்தியமில்லாத ஒன்றாக இருக்கிறது.

பாலின கருக்கொலை, கல்வி மறுக்கப்படுவதற்கான சூழல், வேலைவாய்ப்புகளில், அதற்கான கூலிகளில் பாலின ரீதியான பாரபட்சம், திருமணத்தில் தேர்வுரிமை மறுக்கப்படுவது, வரதட்சணை, பிள்ளைகள் பெறுவதில் தேர்வுரிமை மறுக்கப்படுவது, திருமணத்துக்கு பிறகான பணி தேர்வுகளில் (career choices) ஏற்படும் நிர்பந்தங்கள், இதற்கிடையில் பணியிடங்களில், கல்வி கூடங்களில் நிகழும் பெண் மீதான வன்முறைகள், என்று பெண் மீது உடல்ரீதியாக, உளவியல்ரீதியாக செலுத்தப்படும் ஆதிக்கம் என்பது கல்வி, வேலைவாய்ப்பு, பொருளாதார சூழல் என்று பல தளங்களில் இயங்கி பாதிப்பை ஏற்படுத்துகிறது. இது தவிர சாதி, மதம் போன்ற நிறுவனங்கள் திணிக்கும் ஆதிக்கத்தின் வலைப்பின்னல் இன்னும் மோசமானதும் தீவிரமானதும் கூட.

பிறப்பு முதல் இறப்பு வரையில் நிழல் போல பின் தொடரும் ஆதிக்கம், பெண்ணை வரையறைக்குட்பட்டவளாகவே எப்போதும் வைத்திருக்கிறது. சிரிப்பது, பசிக்கும் போது சாப்பிடுவது, உடை உடுத்திக் கொள்வது என்று தன்னியல்பான செயல்பாடுகளில் கூட ஒரு பெண் தொடர்ந்து கண்காணிக்கப்படுகிறாள்.

இந்த கண்காணிப்பிலிருந்து, ஆதிக்கத்திலிருந்து விடுபடுவது எளிதில்லை. கூடுதலாக ஒரு தோசை சாப்பிட்டால் 'பூசை' கிட்டும் என்று பெண் குழந்தை மிரட்டப்படுவதை ரைம்ஸாக வைத்திருக்கும் ஒரு சமூகத்தில் அது சாத்தியப்படுவதற்கான வாய்ப்புகள் மிகக் குறைவுதான். ஆனால், அதை சாத்தியப்படுத்துவது, பாலின சமத்துவம் என்கிற சமூக நோக்கத்தை லட்சியமாகக் கொண்ட ஒவ்வொருவரின் கடமை. அதற்கான ஒரு தொடக்க நிலை கருவியாக நிச்சயம் இந்தப் புத்தகம் இருக்கும். கல்விக் கூடங்களில், வகுப்பறைகளில் பாலின சமத்துவத்தை பாடத்திட்டம் போன்ற இறுக்கங்களில்லாமல் இலகுவாக அறிமுகப்படுத்துகிறது சாந்தசீலாவின் 'நாங்கள் வாயாடிகளே' புத்தகம்.

சமூக நிர்ணயங்கள் சார்ந்து சிறுநீர் கழிப்பதைக்கூட தவிர்க்கும் பெண் குழந்தைகளுக்கு அவர்களது ஆரோக்கியம் குறித்த தெளிவை அவர்களது மொழியிலேயே இந்த நூல் வழங்குகிறது. பெண் சுதந்திரம் என்று பேசும் போது அரசியல், சமூகம் சார்ந்த உரிமைகள் பேசப்படும் அளவுக்கு உடல் நலம் பேணுதல் சார்ந்த உரிமைகள் பேசப்படுவதில்லை. அந்த குறையை இந்த புத்தகம் நிவர்த்தி செய்திருப்பது, ஆசுவாசமாக இருக்கிறது.

இது தவிர, கறுப்பு நிறம் பற்றிய கற்பிதங்களை உடைப்பது, வாயாடி என்று பெண் குழந்தைகள் ஏசப்படுவது பற்றிய பார்வையிலுள்ள பிரச்னைகளை விவாதிப்பது, மாதவிடாய், நீண்ட முடி என்று பல தளங்களிலும் அன்றாடம் குழந்தைகளாகவும் வளர்ந்தவர்களாகவும் பெண்கள் சந்திக்கும் நுட்பமான ஆதிக்கத்தை இந்த நூல் குறுக்கு விசாரணைக்குட்படுத்துகிறது.

ஆணை பழிக்கும் அவமானப்படுத்தும் ஒரு வசவாக 'புடவையை கட்டிக்கோ' என்கிற வசவு இருப்பது பற்றிய கட்டுரை, முக்கியமானது. போலவே பெண்கள் மேற்கொள்ளும் பயணங்கள் தரும் அனுபவங்களும் ஆசுவாசங்களும் மிக அழகான ஒரு பகுதியாக இருக்கிறது. பாலியல் வல்லுறவு, அதை கையாள வேண்டியது பற்றிய தெளிவு ஆகியவற்றையும் இந்த நூல் குழந்தைகளுக்கு வழங்குகிறது. தவிர, அரசியலை அறிமுகப்படுத்தி, அது பெண்களுக்கான களம் இல்லை என்கிற பிம்பத்தை உடைக்கும் ஒரு பகுதியும் முக்கியமானது. பெண்கள் தங்களது உடலை வெறுக்கவும், அதை அவமானகரமான ஒரு விஷயமாக பார்க்கவும் தொடர்ந்து சொல்லும் ஒரு சமூகத்தில் அதை நேசிக்கச் சொல்லும் நூல் இது.

மாற்றத்துக்கான முதல் படி வீடுகளிலிருந்தும் கல்விக் கூடங்களிலிருந்தும்தான் தொடங்க வேண்டும். அதுதான் சமூக மாற்றதுக்கும் இட்டுச் செல்லும் பாதையாக இருக்கும். பசித்தால், பிடித்தால் கூடுதலாக ஒரு தோசை சாப்பிடலாம் என்கிற நம்பிக்கையை ஒரு பெண் குழந்தைக்கு தரும் சமூகம்தான் உண்மையிலேயே மேம்பட்ட சமூகம். அந்த வகையில், வகுப்பறைகளிலேயே சமத்துவத்தை ஆழமாகவும் அதே நேரம் அவர்களது மொழியிலும் அறிமுகப்படுத்தும் இந்த நூல், எளிமையாகத் தோன்றினாலும் மிக மிக முக்கியமான ஒரு முயற்சி.

ஒவ்வொரு நூலகத்திலும் வீட்டிலும் இருக்க வேண்டிய புத்தகம் இது. பெண் குழந்தைகளுக்கு மட்டுமன்றி சமத்துவம் பற்றிய புரிதலின் பொருட்டு அனைத்துக் குழந்தைகளுக்கும், அவர்களுடன் உரையாடலை நிகழ்த்தும் ஆசிரியர்களுக்கும், பெற்றோர்களுக்கும் இந்த நூல் போய் சேர வேண்டும்.

1 எங்களுக்கும் பாக்கெட் வேணும் டீச்சர்!

"டீச்சர். . .டீச்சர். . ." பெருத்த குரலோடு ஓடிவருகிறாள் இன்பா.

"ஏன் இவ்ளோ வேகமா வர்ற?. . . என்னன்னு சொல்லுமா இன்பா..."

"டீச்சர், நீங்க ஆண், பொண்ணுன்னு எல்லோரையும் ஒரே மாதிரி தான் பார்ப்பீங்கன்னு தெரியும். ஆனா இதுல மட்டும் ஏன் இப்படி?"

"என்னன்னு விளக்கமா சொல்லேன் இன்பா. ."

"சூர்யா என் வகுப்புலதான் படிக்கறான். அவனுக்குக் கொடுத்த யூனிஃபார்ம் சட்டைல பாக்கெட் இருக்கு. கால் சட்டைல கூட ரெண்டு பாக்கெட்டு இருக்குது. என்னோட ஆடைல ஒண்ணு கூட இல்லியே... ஏன் டீச்சர்?"

"ஓ பாக்கெட் வேணுமா இன்பா... வா உட்கார். உனக்கொரு கதை சொல்றேன்!"

17ம் நூற்றாண்டில் வாழ்ந்த ஆஸ்திரியா அரசர் இரண்டாம் ஃபெர்தினாந்து முதன்முதலில் 'பாக்கெட் பவுச்' பயன்படுத்தினார். இது ஆடையுடன் தனியாகத் தொங்கும். பின்னாளில் பாக்கெட் தோன்ற இதுவே காரணம்.

“300 வருசத்துக்கு முன்ன யார் ஆடையிலும் பாக்கெட் வச்சு தைக்கற பழக்கம் இல்ல. காசு கண்டுபிடிச்சதுக்கப்புறம் அதைப் பத்திரமா வச்சுக்கணும்னு ஆண்கள் பேண்ட்ல பாக்கெட் வச்சு தச்சு போட்டுக்கிட்டாங்க. அப்போ ஆண் மட்டும் வெளில போய் சம்பாதிக்க சமூகம் அனுமதிச்சதால, அவங்க மட்டும் உடைல பாக்கெட் வச்சுக்கிட்டாங்க. பொண்ணுங்க தான் வீட்லயே இருந்தாங்களே. வெளிய போய் சம்பாதிக்கிறதுக்கு பொண்ணுக்கு அப்போ அனுமதி இல்ல.”

“இந்த மாதிரி சூழல்ல போர் வந்தது. ஆண்களை மட்டும் கூப்பிட்டா போதாது. ஆள் பற்றாக்குறைனால பெண்களும் போருக்கு வரலாம்னு சொன்னாங்க. அங்க ஆண், பெண் இருவருக்கும் ஒரே உடை தான். ஏன்னா துப்பாக்கி, குண்டு, மருந்து பொருள்கள் எல்லாம் வச்சிக்க பாக்கெட் வேணும்ல? அதனால...”

“அங்க போன பெண்களுக்கு ரொம்ப மகிழ்ச்சியாயிடுச்சு. ஆகா, இத்தனை பாக்கெட் இருக்கே, எல்லாத்தையும் கையில வச்சிக்கத் தேவையில்ல. பாக்கெட்டுலயே வைச்சுக்கலாம். இந்த மாதிரி உடைல பாக்கெட் வச்சு தராங்கன்னே சில பெண்கள் போருக்கு போனாங்க இன்பா..”

பெண்கள் முதன்முதலில் பாக்கெட் வைத்த ஆடைகளைப் பயன்படுத்தத் தொடங்கியது இரண்டாம் உலகப் போரில் தான்!

“போருக்கு போகும் போது, ‘ஆகா, நாங்க பாக்கெட் வச்ச ஆடை போடப் போறோம்’னு எல்லார்கிட்டயும் மகிழ்ச்சியா சொல்லிக்கிட்டே போனாங்கன்னா பாரேன். “

“பாக்கெட்டுக்காகவா போருக்கு போனாங்க மிஸ்?”

“ஆமாமா...ஆனா போர் முடிஞ்சதும் அந்த ஆடை போட அனுமதி இல்லை. அதுவுமில்லாம போர்ல போட்டதை தினசரி போடமாட்டமில்ல? அதனால திரும்ப பாக்கெட் இல்லாமயே பெண்கள் ஆடை போட வேண்டியதா போச்சு.”

“இப்ப வரைக்கும் பெண்களோட சில ஆடைகள்ல பாக்கெட் வைச்சிருந்தாலும்

பெரும்பாலான ஆடைகள்ல பாக்கெட்டே இருக்கறதில்லை.

ஆனா வயது வித்தியாசம் இல்லாம எல்லா ஆண்கள் ஆடைகளிலும் பாக்கெட் வைச்சு தைக்கப்படுது.”

“பெண்கள் ஆடைகள்ல பாக்கெட் இல்லாததால பொருள்கள், பணம் போன்ற முக்கியமானவைகளை கைகளிலோ அல்லது அதுக்குனு தனிபபைகளிலோ கொண்டு போக வேண்டியதா இருக்குது. அதனால பொருள்கள் மேலயே எப்போது கவனம் செலுத்த வேண்டியதாவும் இருக்கு. அது முடியாதபோது பொருள் இழப்பும், வேலைப் பளுவும் பெண்களுக்கு ஏற்படுது. இருக்குற சுமைல இதுவொரு கூடுதல் சுமைன்னுதான் சொல்லணும் இன்பா. . .”

“நீ சொல்ற மாதிரி பாக்கெட் வச்சா இது போன்ற சிரமங்கள் இல்லாம நல்லா இருக்கும்தான். அருமையான கேள்வி இன்பா. நம் அரசாங்கம் அரசு பள்ளியில் படிக்கும் அனைத்து குழந்தைகளுக்கும் விலையில்லா சீருடை தருது. அதுவுமில்லாம அரசாங்கம் பெண் கல்வி மேம்பாடு அடைய பல திட்டங்களைத் தீட்டி நடைமுறைப்படுத்தி வருது.”

“பாரு... ‘அனைவருக்கும் கல்வி இயக்கம்’ சின்னத்துலகூட பெண் குழந்தைதான் முதல்ல இருக்கு பிறகுதான் ஆண் குழந்தை படம் வைச்சிருக்கு அரசு. அதனால பெண் குழந்தைகளுக்கான சீருடைகளிலும் பாக்கெட் வைங்கன்னு அரசாங்கத்திடம் இன்பா அனைத்து பெண் குழந்தைகள் சார்பா கோரிக்கை வைக்கறான்னு சொல்லுவோம். அடுத்த வருடம் தவறாம உன்னைப்போல பெண்களுக்கான ஆடைகளில் பாக்கெட் தச்சி தருவாங்க. நீங்களும் பொருள்களைப் பத்திரமா வைத்துக் கொள்வீங்கன்னு நம்புவோம் இன்பா. . .சரியா?”

“ரொம்ப அருமைங்க டீச்சர். எங்களுக்கும் பாக்கெட் வேணும் இதை அரசாங்கத்துக்கிட்ட சொல்லிடுங்க. அம்புட்டுதேன். . .”

“சரிடா செல்லம். மாற்றம் நடக்கும் கவலைப்படாத வீட்டுக்குப் போ...”

2 எங்களுக்கு உணவில் சமத்துவம் வேண்டும்

எப்பவும் தன்னோட குதூகலமா விளையாடும் டுமாங்கி இன்னிக்கி சோகமா இருக்கறதைப் பார்த்து உதயா கேட்டான். "ஏன் சோகமா இருக்க?"

"அதுவா ஒண்ணுமில்ல. . .இந்தப் பெண் குழந்தைகள நெனச்சிட்டு இருக்கேன். . .ப்ச் இப்படி கூடவா இருக்கு சமூகத்துலன்னு. . .", என்றார் டுமாங்கி ரோபோ.

"அதென்ன பெண் குழந்தைகன்னு தனியா இழுக்கறீங்க. புரியும்படி விளக்கமாச் சொன்னாத்தான் என்னவாம் டுமாங்கி", என்று கடுகடுத்தான் உதயா. "எனக்குத்தான் மனுசங்க மனசுல நினைக்கறது அப்படியே கேட்குமே. . .இன்னிக்கி உன் பெண் நட்புகள் நினைக்கறதெல்லாம் கேட்டுக்கிட்டு இருந்தேன்", என்றது டுமாங்கி.

"நீ மனச அப்படியே படிச்சிடுவன்னு எனக்குத் தெரியாதா! சரி சரி பெண் நட்புகள் என்ன நினைச்சாங்க. . .சீக்கிரம் சொல்லேன்" என்று பரபரத்தான் உதயா. "இதோ பாரு உதயா! சொல்றேன் பொறுமையாக கேளு", என்று ஆரம்பித்தது டுமாங்கி ரோபோ.

“உங்க வகுப்பு ஆசிரியர், வகுப்புல இருக்குற எல்லோரும் வீட்ல இருந்து உணவு எடுத்துக்கிட்டு வந்து ஒண்ணா உட்கார்ந்து, ஒவ்வொருத்தர் உணவையும் எல்லோரும் பங்கிட்டு உண்டு, ரொம்ப மகிழ்வா உணவுத் திருவிழா நடத்தினாங்க இல்லையா…?”, என்று கேட்டது டுமாங்கி

“ஆமா… ஆமா… நாங்க எல்லோரும் ஒண்ணா உட்கார்ந்து எல்லோர் உணவையும் பங்கிட்டு உண்டதுல அடடா அதன் உணர்வும் நெகிழ்வும் வார்த்தைல விவரிக்க இயலாது டுமாங்கி. எவ்ளோ அன்பா மகிழ்வா அனைவரும் அப்போ சாப்பிடுவோம் தெரியுமா! அடிக்கடி டீச்சர் இப்படி உணவுத் திருவிழா வைக்க மாட்டாங்களான்னு மனசு ஏங்கும்”, என்று உதயா உணர்ச்சி பெருக்கில் மிதந்ததை வெகுவாக இரசித்தது டுமாங்கி.

“உணவுத் திருவிழாவுல எந்தப் பாகுபாடும் இல்லாம பங்கிட்டு உண்ணும் போது பெண் குழந்தைகள் மனசுக்குள் நினைச்சது என்னன்னா…

உன்னோட நெருங்கிய தோழி பானு, அவங்க வீட்ல அவங்கத் தம்பிக்குத்தான் தினமும் பால், முட்டைனு இன்னும் பல சத்தான உணவைக் கொடுப்பாங்களாம். இவ எனக்கு வேணும்னு கேட்டா…” என்று இழுத்தது டுமாங்கி. “கேட்டா என்னன்னு சொல்லேன்? இழுக்கறயே டுமாங்கி…”

“சரி… சரி… சொல்றேன். இவ கேட்டா அவன்தான் எங்களுக்குக் கடைசி வரை சோறு போடப்போறான். கூடவே இருந்து எங்கக் கடைசி காலம் வரை பார்த்துக்குவான். நீ வேறொரு வீட்டுக்குப் போறவதானன்னு சொல்றத நினைச்சு பானு வேதனைப்பட்டா உதயா”, என்று டுமாங்கி உதயா மனதின் கணத்தைக் கூட்டியது. “அடக்கொடுமையே, இதென்னடா அநியாயமா இருக்கு”, என்று துயர் கொண்டான் உதயா.

“அப்புறம் குமுதா வீட்ல கறி எடுத்து அவதான் சமைப்பாளாம். ஆனா அவங்க அப்பா, அண்ணன்கள் எல்லாம் சாப்பிட்ட பிறகு மிச்சம் இருந்தாத்தான் இவ சாப்பிடணுமாம். சில முறை சாப்பாடு தீர்ந்துட்டா சமைச்சு சாப்பிடுன்னு சொல்வாங்களாம். இவளும் இனி எங்க சமைக்கறதுன்னு அப்படியே வெறும் வயிறோட படுத்துக்குவாளாம். பசி எடுத்தாக்கூட இவ முன்ன சாப்பிடக்கூடாதாம். நெனச்சாலே ரொம்ப மனசு கணத்து போய்டுதுடா உதயா “, என்றது டுமாங்கி.

“என்ன டுமாங்கி சொல்ற. . .இவ்ளோநாள் அவுங்க கூட படிக்கிறேன். இது எனக்குத் தெரியாம போச்சேன்னு வருத்தமா இருக்குடா டுமாங்கி... பொதுவாக குடும்பங்களில் ஆண்கள் முதலில் சாப்பிட்டு கடைசியில்தான் பெண்கள் சாப்பிடணும்னு எழுதப்படாத விதி இருக்கு டுமாங்கி. இது பெண் குழந்தைங்க வரை நீடிக்குதே...”, என்று நொந்தான் உதயா.

“பெண் குழந்தைகளுக்குக் கல்வில முதற்கொண்டு பல பாகுபாடுகள் இருக்குன்னு அம்மா, அப்பா சொல்லியிருக்காங்க. ஆனா உணவுல பாகுபாடா? இப்படில்லாம் இருக்கும்னு நான் நினைச்சுக்கூட பார்க்கலியே டுமாங்கி”, என்றான் உதயா.

“சில பெண் குழந்தைகளுக்கு உடல் பருமனா இருப்பதால் அளவாச் சாப்பிடுன்னு சொல்றாங்கன்னு கவலைப்பட்டாள் நிசா... அதனால இறைச்சிலாம் கொழுப்புன்னு அவள சாப்பிட வேணாம்ன்னு சொல்லிடறாங்களாம். ஆனா இவளுக்கு இறைச்சினா ரொம்ப பிடிக்குமாம்டா உதயா”, என்றது டுமாங்கி. “நல்லா சாப்பிட்டு விளையாண்டா உடம்பு கட்டுக்கோப்பா ஆயிடப் போகுது. இதெல்லாம் பிரச்சனையாடா டுமாங்கி”, என்றான் உதயா.

“அடேய் நீ வேற தலைப்புக்கு என்ன இழுக்காதே. அதை அப்புறம் பேசலாம்டா உதயா. வீட்ல பெண் குழந்தைகளுக்கு சத்தான உணவு கொடுக்கறத பல பேர் மகிழ்ச்சியா நெனச்சுப் பார்க்கறது தெரிஞ்சப்போதான் மனசே நிம்மதி ஆச்சுன்னா பாரேன்டா உதயா” என்றது டுமாங்கி.

“அப்பாடா இது ஆறுதல் அளிக்குது. பெண் குழந்தைகள்ல மாதவிடாய் வரப்போறவங்க, வந்தவங்களும் இருப்பாங்க... குழந்தை பொறப்பு அது இதுன்னு என்னென்னவோ எதிர்காலத்துல நிகழ்ந்தா நிகழப்போகுது. இது போன்ற உயிரியல் முக்கியத்துவம் வாய்ந்த படைப்புதான் பெண்கள். அதுவுமில்லாம பெண்களுக்குச் சத்தான உணவு கிடைக்கணும்ங்கிறது அவங்க உரிமை. ஆனா இந்த மாதிரி உப்புசப்பில்லாத காரணங்களுக்காக தினம் தினம் சரியான ஊட்டச்சத்து கிடைக்காம இருக்கறது நல்லதில்லை. என்ன செய்யலாம்னு யோசிக்கணும்டா டுமாங்கி...” என்று அடுத்த கட்டத்துக்கு நகர்த்தினான் உதயா.

“நம் அரசாங்கம் சத்துணவுடன் வாரத்துக்கு 5 நாள்கள் முட்டை

தருது. பதின்ம வயது பெண் குழந்தைகளுக்கு இரும்பு சத்து மாத்திரைன்னு கவனமெடுத்து பார்த்துக்குது. மதிய உணவுல என்ன கறி போடணும்னு அந்தந்த பள்ளியோட பெற்றோர் ஆசிரியர் சங்கம் முடிவு எடுக்குதோ, அதைத் தான் கேரள அரசாங்கம் அங்க உள்ள பள்ளிகள்ல மாசம் ஒரு முறை போடறாங்களாம்டா. அந்த நாளை பிரியாணி நாள்னு எல்லாரும் சேர்ந்து கொண்டாடுறாங்க! அதுவுமில்லாம முக்கியமா நாம செய்ய வேண்டிய வேலை ஒண்ணு இருக்குடா டுமாங்கி", என்றான் உதயா நெஞ்சை நிமிர்த்தி.

"நாம என்னடா செய்ய முடியும்... நீ வேற சும்மா இருக்காம ஏதேதோ ஒளறிக் கொட்டறியேடா" என்று அலுத்துக் கொண்டது டுமாங்கி.

"அடேய் டுமாங்கி, இப்படி பொண்ணுங்களுக்குக் கொடுக்காம சாப்பிடற ஆம்பளப் பசங்க எங்கக்கூடத்தான ஒண்ணா விளையாட வராங்க. நாங்க எல்லாரும் உணவ ஒண்ணா பகிர்ந்துதான் சாப்பிடுவோம். அப்போ நான் அவங்ககிட்ட பேசுறேன். அதுதான் நம்ம தாத்தா திருவள்ளுவர், பகுத்துண்டு பல்லுயிர் ஓம்புதல்னு சும்மாவா சொன்னார்னு இந்த ஆம்பள பசங்ககிட்ட எல்லாம் பேசி புரிய வைக்கப்போறேன். இனி அவங்க வீட்ல பங்கிட்டு சாப்பிட ஆரம்பிக்கறதுதான் நல்ல குடும்பத்துக்கு அழகுன்னு சொல்லப்போறேன்" என்று நம்பிக்கை கலந்த பெருமிதத்தோடு சொன்னான் உதயா.

"ஆண்கள்கிட்ட பேசறது நல்ல யோசனைதான் உதயா. எங்களுக்கும் சத்தான உணவு வேணும்னு கேட்கற பெண் குழந்தைகளும் இருக்காங்க. ஆனா சில பெண்கள் இதுக்கு மாறாகவும் நெனைக்கிறாங்க. ஆண்களுக்குத்தான் முன்னுரிமை தரணும், நாம கடைசிலதான் சாப்பிடணும். கிடைக்கலன்னா சரின்னு பசியோட இருக்கனும். இப்படி காலங்காலமா பெரியவங்க சொல்றது சரின்னு சொல்ற சிலரும் இருக்காங்க. அது அவங்களோட உரிமைன்னும், உடம்பும் மனசும் ஆரோக்கியமா இருக்க ஊட்டச்சத்து முக்கியம்னும் உரையாடணும்டா... உதயா", என்று உரிமைப் பார்வையைத் தட்டி விட்டது டுமாங்கி.

"உணவு சம பங்கீட்டை வகுப்புல பண்ற உணவுத்திருவிழா மாதிரி தினம் தினம் எல்லா குடும்பத்துலயும் எப்பவும் கொண்டாடணும். ஆண், பெண் இருவர்கிட்டயும் பேசி புரிய வைப்போம். இருவரும் சேர்ந்துதான் மாற்றத்தைக் கொண்டுவர

முடியும்", என நம்பிக்கையூட்டினான் உதயா.

"குழந்தைகளுக்குச் சத்தான உணவு கிடைக்க வழிவகைகள் செய்ய வேண்டியது அரசாங்கம் மற்றும் ஒவ்வொரு குடும்பத்தின் பொறுப்பும் கடமையும் கூட. குறிப்பாக பெண் குழந்தைகளுக்கு ஊட்டச்சத்து உணவு கொடுக்கற மாதிரி சத்துணவு திட்டத்தை மேம்படுத்தி இன்னும் வேறு திட்டங்களை அறிவிச்சா நல்லா இருக்கும். பெண் குழந்தைகள் மீதான உணவு பாகுபாடு நீங்கி சமத்துவம் துளிர்க்கட்டும் சமூகத்தில்", என்று முடித்தது டுமாங்கி.

"சரி... நேரமாச்சு நான் தூங்கப் போறேன் ", என தூங்கப்போனான் உதயா.

3 'பொட்டை' என்பதே உயிரியல் வலிமைதான்!

"டே, நீ இதைச் செய்ய இப்படி பயந்தாங்கொள்ளியா இருக்க... அப்போ பொட்டதான் நீயி..." என்றாள் சிந்து காட்டமாக.

"நீதான் பொட்டை, நான் ஆம்பளை" என்று உடனே பதிலடியாக வந்தது ஜீவாவிடமிருந்து.

இந்த உரையாடல்களை வேறு எழுத்து வேலையாக இருந்தாலும் ஆசிரியர் தனலட்சுமி உற்றுக் கவனித்தே வந்தார்.

"ஏய் சிந்து, ஒரு பொண்ணே பொட்டைங்கிற வார்த்தைய இழிவா பயன்படுத்தலாமா? என்னபா இப்படி பண்ற? நம்மை நாமே இழிவுபடுத்திக்கறதா?" என்று கடிந்தாள் புஜ்ஜி.

அவளே தொடர்ந்து... "டீச்சர் இவுங்க பேசறத கேட்டிங்களா! பொட்டன்னா பொண்ணுதான். சிந்துவே இப்படி இழிவா பயன்படுத்தறது வருத்தமா இருக்கு. ஏன் இந்த வார்த்தையை இப்படி இழிவா பயன்படுத்தறாங்க? அதன் உண்மையான பொருள் என்னான்னு தெரிஞ்சுக்கணும் டீச்சர்" என்று தன் விருப்பத்தைக் கூறினாள் புஜ்ஜி.

“நானும் இதைத்தான் நினைச்சேன். நீயே கேட்டுட்ட புஜ்ஜி, மிக்க மகிழ்ச்சி. இன்னிக்கி கடைசி பாடவேளைல உரையாடல் வைப்போம்ல... இதைப் பற்றி உரையாடலாம். வேறேதேனும் தலைப்பு நிலுவைல இருக்கா?” என்று வினவினார் ஆசிரியர் தனலட்சுமி.

“ இல்லை டீச்சர்” என்றான் முகில்.

“சரி... இன்று இந்தத் தலைப்பிலேயே உரையாடிடுவோம்” என, சமூக அறிவியல் வகுப்புக்கான பாடத்தைத் தொடங்கினார்.

கடைசி பாடவேளைக்கு முந்தைய இடைவேளைக்கான மணி அடித்தவுடனே புஜ்ஜி, தனலட்சுமி ஓடிவந்தாள்.

“டீச்சர் டீச்சர்... வாங்க வகுப்புக்கு உரையாடல் நடத்தணும்னு சொன்னோம்ல” என்று பரபரத்தாள் புஜ்ஜி.

“புஜ்ஜி, இடைவேளை முடிந்து நீ வகுப்புக்குத் திரும்பும்போது நான் அங்கு இருப்பேன் சரியா” என்று ஆசிரியர் அனுப்பினார் புஜ்ஜியை.

“மா.....லை வணக்கம் டீச்சர்” என்றனர், தனலட்சுமி ஆசிரியர் வகுப்புக்குள் நுழைந்ததும்.

“அனைவருக்கும் வணக்கம்... உரையாடலைத் தொடங்கலாமா?” என்றார் ஆசிரியர்.

“ம்... சரி... உரையாடலைத் தொடங்குவோம். புஜ்ஜி விரும்பிக் கேட்டதால பொட்டைங்கிற தலைப்புல உரையாடப் போறோம். பொட்டைங்கிற சொல்லின் பொருள் என்ன? இந்தச் சொல் எந்தப பொருளில் பயன்படுத்தப்படுது? இதை எங்கெல்லாம் பயன்படுத்தி கேட்டிருக்கீங்க?” என ஆரம்பித்தார் ஆசிரியர்.

உரையாடும்போது வட்ட வடிவில் அனைவரும் அமர்வது வழக்கம். இன்றும் அப்படியே...

“ சரிங்க டீச்சர், நான் முதல்ல சொல்றேன். பொட்டன்னா பெண். எங்க வீதில சண்டை போடும்போது அடிக்கடி இந்தச் சொல் பயன்படுத்தக் கேட்டிருக்கேன். ஆண் துணிச்சலா ஒரு செயலைச் செய்யலைன்னா இப்படிச் சொல்லிப் பார்த்திருக்கேன்” என்றான் ஏழுமலை.

“சிறப்பு! அடுத்து பகலவன் சொல்லு” என்றார் தனலட்சுமி.

“எனக்குப் பொருளெல்லாம் தெரியல. ஆனா, விளையாட்டுல நல்லா விளையாடலன்னாலும் தோத்துப்போகும்போதும் ஆண்களை அந்த வார்த்தையைச் சொல்லி, திட்டிக் கேட்டிருக்கேன்” என்றான் பகலவன்.

“சரியா சொன்ன பகலவா. பிறகு பாஷா நீ சொல்லு” என்றார் ஆசிரியர்.

“டீச்சர் அதனோட பொருள் பொட்டைக் கோழின்னா பெண் கோழியச் சொல்றோம்னு புரியுது. அங்க வீட்ல ஆண்கள் அழும்போது, ‘ஏன்பா பொட்டச்சி மாதிரி அழுவுற’ன்னு கேட்பாங்க... ஏன் டீச்சர் ஆணுக்கும் துக்கத்துல அழுவாச்சி வரும்தான... ஏன் பெண்கள் மட்டும்தான் அழணுமா?” என்று அப்பாவியாகக் கேட்டான் பாஷா.

“சரியான கேள்வி... உரையாடலின் முடிவில் பேசுவோம். இப்போ கதிரவன் நீ சொல்லுப்பா” என்றார் ஆசிரியர்.

“பொட்டைன்னா பொண்ணுதான் டீச்சர். வீட்டுக்கு வெளில இருந்து யாராவது சண்டைக்கு வரும்போது எங்கப்பா அமைதியா அதை எதிர்க்காம உட்கார்ந்திருந்தா, ‘பொட்டச்சி நானே போயி சண்டை போடுவேன். நீங்க இப்படி சும்மா உக்கார்ந்துக்கிட்டு இருக்கிங்களே’னு அம்மா சொல்லுவாங்க” என்றான் கதிரவன்

“ஓ அம்மா சொல்வாங்களா? அடுத்து புஜ்ஜியோட முறை... சொல்லுமா” என்றார் ஆசிரியர்.

“பொட்டைன்னா பொண்ணுதான். ஆண்கள் இழிவா சொல்றதுக்கு இந்த வார்த்தையைப் பயன்படுத்தறாங்க. ஆனா, எனக்குச் சுத்தமா பிடிக்காது. நான் பயன்படுத்தமாட்டேன் டீச்சர். எங்க வீட்ல எங்க அண்ணன் வீட்டு வேலை எதாவது செஞ்சான்னா, ‘ஏன்பா பொட்டச்சி மாதிரி வீட்டுவேலை செய்யறே’னு கேட்பாங்க அப்பா” என்று நிதானித்துப் பேசினாள் புஜ்ஜி.

“புஜ்ஜியின் ஆதங்கம் அனைவருக்கும் புரிஞ்சிருக்கும்னு நெனக்கிறேன். சரி கார்த்தி நீ சொல்லுப்பா” என்றார் ஆசிரியர்.

“இல்ல டீச்சர். நான் இன்னும் கொஞ்சம் யோசிக்க நேரம் வேணும்... அதனால பிறகு பேசறேன்” என்றான் கார்த்தி.

அடுத்து அமர்ந்திருந்த திவ்யாவைப் பேசச் சொன்னார் ஆசிரியர்.

"பொட்டைன்னா பொண்ணுதான். நான் கல்லாங்காய் நவீனோடு விளையாண்டேன். உடனே நண்பன் யாகைய்யா வந்து, 'ஏண்டா பொண்ணுங்க விளையாட்ட விளையாடறனு கிண்டல்" என்று சொல்லி முடிக்கும்முன்னே, யாகைய்யா இடைமறித்து, "நான் அப்படி சொல்லல" என்றான்.

ஆசிரியர் குறுக்கிட்டு, "யாகைய்யா உன் முறை வரும்போது காத்திருந்து நீ கருத்து சொல்லலாம்.இப்போ குறுக்கிடுவது தவறு" என்றார் ஆசிரியர்.

"மன்னிக்கணும் டீச்சர். இருந்தாலும் என்னைப் பற்றிச் சொல்லும்போது எப்படி கேட்காமல் இருப்பது" என ஆதங்கப்பட்டான் யாகைய்யா.

"ம்... அடுத்து நான்சியோட முறை... சொல்லுமா" என்றார் ஆசிரியர் தனலட்சுமி.

"பொட்டைன்னா பொண்ணுதான். ஆனா, ஆணைத் திட்டும்போது ஏன் பொட்டைன்னு திட்றாங்கன்னு தெரியல. இதெல்லாம் ஆணாலதான் முடியும்னு சமூகத்துல விதிமுறையாவே இருக்கு. அப்போ பெண்ணால துணிச்சலா வீரமா இருக்க முடியாதா?" என்றாள் நான்சி.

"கார்த்தி இன்னும் கருத்து சொல்லல... சொல்லுப்பா" என்றார் ஆசிரியர்.

"ஆண் பயப்பட்டான்னா, அப்போ அந்த வார்த்தையை அவனை அவமானப்படுத்த சொல்வாங்க டீச்சர்" என்று நச்சென்று கருத்தை உதிர்த்தான் கார்த்தி.

"அனைவரும் தங்கள் கருத்துகளை வெளிப்படையாகவும் அருமையாகவும்சொல்லியிருந்தீங்க. இப்போ தொகுத்துச் சொல்வோம். அவங்கவங்க சிந்தித்து முடிவுக்கு வரட்டும்"

4 சிறுநீர் கழிப்பது இயல்புதாங்க!

தமிழ் பாடவேளையில் "சங்ககாலத்தில் பெண் புலவர்கள்" பற்றி ஆசிரியர் லட்சமி ஏற்ற இறக்கத்துடன் தேர்ந்த கவிஞர் போல பாடம் கற்பித்துக் கொண்டு இருந்தார். சங்ககாலத்திற்கு கால இயந்திரத்தின் உதவியுடன் பயணம் சென்றது போல் வகுப்புக் குழந்தைகளும் ஒன்றி கவனித்துக் கொண்டிருந்தனர். எப்போது மணி அடிக்குமென்று திரும்பிப் பார்த்துக்கொண்டிருக்கும் கண்கள்கூட அன்று வேறெதையும் பார்க்காமல் காலச்சக்கரத்தில் சுழன்று கொண்டிருந்தன.

இடைவேளைக்கான மணி அடித்தது. ஒருமித்தமாக அனைவரின் மனக்குரலும், "ச்ச... இந்த மணி வேற நேரம் காலம் தெரியாம ஏன் அடிக்குது?'' என ஒற்றுமையாக ஒலித்தது. ஆசிரியரும் "இடைவேளைக்குப் போங்க. குறிப்பா பெண் குழந்தைகள் சிறுநீர் போய்ட்டு, தண்ணீர் குடிச்சிட்டுதான் வரணும்" என்று அன்பு கலந்த கண்டிப்புடன் சொல்லிட்டுச் சென்றார்.

அனன்யா எழுந்து, "வாங்க, கழிவறைக்குப் போய்ட்டு வருவோம்" என வகுப்பு சக தோழிகளை அழைத்தாள். "ம்கூம்... நீ போய்ட்டு வா. நாங்க

வர்ல", என்று மற்ற தோழிகள் வர மறுத்தனர். "என்னவோ போங்க, இப்படி சிறுநீர் கழிக்காம அடக்குவது தவறு", என தோழிகள் செயல் குறித்து நொந்து கொண்டே அனன்யா சென்றாள். தோழிகளுக்குச் சிறுநீரை அடக்கக்கூடாது என எப்படி புரியவைப்பது என யோசனையாகவே இருந்தது.

ஒரு முறை மருத்துவரான தனது அம்மா அனுவிடம் தன் தோழிகள் குறித்து அனன்யா உரையாடினாள். "எப்படியாவது நீதாம்மா அவர்கள்கிட்ட பேசணும். எப்படின்னு சொல்லு", என தன் அம்மாவிடம் ஆலோசனை கேட்டாள் அனன்யா. "வகுப்புல கூட படிக்கிறவங்கள வீட்டுக்குக் கூப்பிடு. நம் வீட்டு நூலகத்துல நீதான் நிறைய சிறுவர் நூல்கள் சேகரித்து வச்சிருக்கியே. அதில் அவங்களுக்குப் பிடிச்ச நூல்கள் படிச்சிட்டு அனைவரும் உரையாடலாம். இதை ஒரு விடுமுறை நாளில் வச்சுக்குவோம். அப்பதான் அனைவருக்கும் வசதியாக இருக்கும். யாருக்கெல்லாம் விருப்பம் இருக்கோ வரட்டும். ஆண் நண்பர்களையும் கூப்பிடு. இதில ஏதாவது மாற்றம் இருக்குதுன்னா சொல்லு" என்றார் அனு.

"அது சரிம்மா. ஆண் நண்பர்களையும் கூப்பிடச் சொல்லிருக்கிங்க. அதான் புரியலம்மா. அதைத்தாண்டி அருமையான யோசனையா இருக்குமா" என்றார் அனன்யா. "இரு பாலரும் சேர்ந்து புரிஞ்சுக்க வேண்டிய விசயம் இது. காரணமாத்தான் சொல்றேன். நான் சொன்னபடி அனைவரையும் கூப்பிடுமா. பால்பேதம் வேண்டாம்", என்றார் அம்மா தீர்க்கமாக.

அம்மாவின் வாசித்து உரையாடும் யோசனையை அனன்யா நண்பர்களிடம் சொன்னவுடன், நண்பர்கள் மிக உற்சாகமாய் வர ஒப்புக் கொண்டனர். அனன்யா அம்மாவைச் சந்திக்கவேண்டும் என்ற ஆவல் பலருக்கு இருந்தது. இந்த விடயத்தை நண்பர்கள் அவரவர் வீட்டில் பெற்றோர்களிடம் சொன்னதும், அனைத்து நண்பர்களின் பெற்றோரும் நிகழ்வுக்கு பெருமகிழ்வாய் இசைவு கொடுத்தனர்.

திட்டமிட்டபடி விடுமுறை நாளில் அனன்யா வீட்டில் அனைவரும் கூடினர். அனன்யாவும் நண்பர்கள் வருகைக்காக வீட்டைத் தயார் செய்து காத்திருந்தாள். வந்திருந்த நண்பர்களுக்கு அனன்யாவும் அவள் அம்மாவும் தேநீரும், சிற்றுண்டியும் வழங்கினார்கள். இரு தரப்பினரும் அறிமுகம் செய்துகொண்டார்கள். இயல்பாக அனைவரும் உரையாடிக் கொண்டிருந்தனர். சற்று

நேரத்தில் அவரவருக்குப் பிடித்த நூல்களை எடுத்து, பிடித்த இடத்தில் அமர்ந்து வாசிக்கத் தொடங்கினார்கள். வாசித்த நூல் சார்ந்த தனது கருத்துகளை ஒவ்வொருவராகப் பகிர்ந்து கொண்டனர். உரையாடலை அம்மாவும் கவனித்தே வந்தார்.

உரையாடல் முடிந்த பிறகு அம்மா, "நேற்று என்னிடம் மருத்துவம் பார்க்க வந்த ஒரு நடுத்தர வயதுப் பெண்ணுக்குச் சிறுநீர் சேகரமாகி வயிறு வீங்கி இருந்தது. ஆனா சிறுநீர் கழிக்கணும்னு அவுங்களுக்கு உணர்வே வரல. கழிவறைக்குப் போனா சிறுநீரும் வரல. வலியால உயிர்போகற அளவுக்குத் துடிக்கறாங்க" என்றார் அம்மா உருக்கமாக. "அச்சச்சோ... கேட்கவே இவ்வளவு கொடுமையா இருக்கே. எப்படித்தான் இந்தப் பிரச்சனையை எதிர்கொண்டாங்களோ! சிரமம்தான் பெண்களுக்கு..." என்று கார்த்திகா மனம் நொந்து பேசினாள்.

"ஏன் அவங்களுக்கு அப்படி ஆச்சு?" என்று சமியுல்லா கேட்டான்.

"ஏன் அப்படி ஆச்சுன்னு குறிப்பாகச் சொல்ல முடியல. பெண்கள் இது போன்ற சிக்கல்களைச் சந்திக்கிறாங்க. பரிசோதனை முடிவுகள் சிறுநீர்ப்பை சுவரே தடிமனா ஆயிருக்குன்னும், சிறுநீர்க்குழாயைச் சுற்றி இருக்குற சுரப்பிகள் வீங்கி, கிருமித்தொற்று ஏற்பட்டிருக்கும்னும் தெரிய வந்திருக்கு. பல காலமா வெளில சொல்ல முடியாம, இறுதிக்கட்டத்துலதான் என்னைப் பார்க்க வந்தாங்க" என்றார் அம்மா.

கூடவே "நீங்க இடைவேளையின்போது,தேவையான தண்ணீர் குடிச்சிட்டு, சிறுநீர் கழிக்கவும் செய்யறிங்கதானே?" என்றார் அம்மா. ஆண் குழந்தைகள் எல்லாம் 'நாங்க முறையா செய்திடறோம்' என உரத்த குரலில் சொல்ல, பெண் குழந்தைகளிடம் மௌனமே பதிலாய் வந்தது. அப்பொழுது அனன்யா, " அம்மா, இவுங்க இடைவேளையின்போது சிறுநீரே கழிக்க மாட்டாங்க. காலைல வீட்லருந்து வந்தா, திரும்ப வீட்டுக்குப் போயிதான் கழிக்கறாங்க. பள்ளில சிறுநீர் கழிக்க நேருமேன்னு தண்ணிகூட அவ்வளவா குடிக்க மாட்டாங்கம்மா. பள்ளிக் கழிவறை சுத்தமாய்தான் இருக்கும். எங்க டீச்சர்கூட பல முறை சொல்லிட்டாங்க. பெண்கள் ஏன் இப்படி சிறுநீரைக்கூட கழிக்க மாட்டேங்கறாங்க. அப்படி அடக்கி வைச்சிருந்தா என்னென்ன உடல், மனப் பிரச்சனைகள் வரும்ன்னு கொஞ்சம் தெளிவாச் சொல்லுங்கம்மா, உதவியா

இருக்கும்", என்று பொறுப்போடும் அன்போடும் சொன்னாள்.

"ஓ அப்பபடியா அனன்யா. சிறுநீர் கழிக்கறது, தண்ணீர் குடிப்பது எல்லாம் நீ தவறாம செய்துடுவ. சரிதான?" என்றார் அம்மா. "அய்யய்யோ நானெல்லாம் தோணும்போதும், தேவையான போதும் முறையா முடிச்சிடுவேன்மா", என்றாள் அனன்யா கம்பீரமாக.

" மிக்க மகிழ்ச்சி பாப்பா. முதல்ல நாம ஒண்ணு புரிஞ்சுக்கணும். உயிருள்ள அனைத்து உயிர்களுக்கும் உணவு உண்றதும், அதனால வெளிப்படும் கழிவுகளைக் கழிப்பதும் இயற்கைதான். இது அனைத்து உயிர்களுக்கும் பொதுவான இயல்பு. ஆனா மனிதர்களாகிய நாம் பல கற்பிதங்களுக்கு ஆளாக்கப்பட்டு வளர்க்கப்படறோம்", என்று அம்மா முடிக்கும் முன்பே லெனின், "கற்பிதம்ன்னா இயல்பா இல்லாம செயற்கையா ஏதோ ஒரு கருத்தின்படின்னு புரிஞ்சுக்கலாமா அத்தை" என கேட்டான்.

" ஆமா. அது இயற்கை இல்லைன்னு சொல்றேன். ஆண் தன் அந்தரங்கங்களை வெளிப்படையா பேச, பழக இந்தச் சமூகம் அனுமதிச்சிருக்கு. அதுவும் இயல்பாக இல்லை. 'ஆண் நின்னுகிட்டு சிறுநீர் போறான், அது கெத்து. பெண் நீ உக்கார்ந்து போற' ன்னெல்லாம் அற்பமா பேசப்படுது. ஆனா ஒரு பெண் தன் அந்தரங்க விடயமான கழிவறையைப் பயன்படுத்துதல், மாதவிடாய் இன்னும் பல விடயங்களைப் பொதுவில் சொல்வதோ கேட்பதோ கூடாதுன்னு சிறுவயது முதலே தம் குடும்பங்களில் சொல்லிச் சொல்லி வளர்க்கப்படறா. சிறு வயதிலிருந்து பழகறதால எளிதில் மாற்றிக் கொள்ள முடியல. அப்புறம் அதுவே ஏன், எதுக்குன்னு தெரியாம பழகிடுது."

"அதனால பொதுவெளில கழிவறை எங்க இருக்குன்னு தெரியாத இடத்தில், தெரியாத நபர்கள்கிட்ட கேட்பதில் இருந்து தொடங்கி கழிவறைப் பயன்படுத்துதல் என்பதை அந்தரங்க விசயமாக, யாருக்கும் தெரியாம இரகசியமாய் வைத்திருக்க பழக்கப்பட்டிருக்காங்க பெண்கள். பிறப்புறுப்புகளில் சிக்கல்னாகூட, வெளில சொன்னா அசிங்கம்ன்னு வெளில சொல்ல மாட்டாங்க. பல பெண்கள் சந்திக்கும் சிக்கல்களை எங்க அனுபவத்தில் பார்த்துக்கிட்டுதான் இருக்கோம்", என்று பெருமூச்சுவிட்டார் அம்மா.

"ஆண் இயல்பா எங்கயும் போறாங்க. பெண் ஏன் அப்படி

கேட்கத் தயங்குறாங்க?" மது கேட்டாள்.

"நல்ல கேள்விமா. இந்தத் தயக்கம் பதின்ம வயதில் அதிகமாகி, கூச்சப்பட்டு, இயல்பான இயற்கைக் கழிவை கழிக்கவே தயங்கும்படி ஆகுது. இதுக்கு அந்தரங்க விசயத்தை வெளியில் சொல்லக்கூடாதுன்னு சொல்லி வளர்க்கப்படறதும் பெரிய காரணம். நாம் போய் கேட்கும்போது நம் அந்தரங்கத்தை ஆண்கள் கற்பனை செய்து பார்த்துவிடுவார்களோ என்றும், சில பெண்கள் வேறு யாரும் பொதுவில் கேட்காத போது தான் மட்டும் கேட்டா, ஆண்களால் தனக்கு பாதுகாப்பு சிக்கல் வருமோ எனவும் ஐயம் கொள்றாங்க. இது போன்ற காரணங்களால் கேட்பதில்லை ", என்றார் அம்மா.

"இப்படி பெண்கள் இருக்கறது சரியா? எந்த மாதிரியான பிரச்சனைகள் வருது? நாங்க ஏதாவது சொன்னாக்கூட ஆண்கள் கிண்டல் பண்ணி சிரிக்கறாங்க அத்தை", என்றாள் பாரதி.

"ஒரு பெண் இதை இயற்கை, இயல்புன்னு உணர்ந்து வெளிப்படுத்த முன்வரணும். விளிம்புநிலை பெண்கள் இயல்பாய்தான் நடந்துகிறாங்க. கொஞ்சம் படித்த பெண்கள் இதை வெளிப்படையா பேசுவது நாகரீகமில்லையோனு நினைக்கிறாங்க. இதை ஆண்களும் கிண்டல் பண்ணாம, வகுப்பு தோழிகளுடன் வெளி இடங்களுக்குச் செல்லும்போது கழிவறையைப் பயன்படுத்த பெண்கள் நிலையில் நின்று யோசித்து உதவி தேவைப்பட்டா செய்யணும். சூழல் இயல்பானதாய் மாறணும்.

"கழிவுநீர்த்தொட்டி நிறைஞ்சா எவ்ளோ பிரச்சனை வருது. அது போல உடம்புக்கு சரியான அளவுல நீர் தேவை. அவை எடுத்துக்கிட்டு வளர்சிதை மாற்றம் நடந்து, கழிவு முறையா வெளியேற்றப்படணும். இல்லன்னா உடம்புல இருக்குற பாகங்களின் செயல்திறன் குறையும், நோய் வரும். சிறுநீரகத்துல கற்கள் வர வாய்ப்பிருக்கு. இந்தப் பிரச்சனைனால மனநலனும் சேர்ந்து பாதிக்கப்பட்டு, மனச்சிக்கலும் உருவாக வாய்ப்பிருக்கு. இயல்பான வேலைகள்கூட செய்ய முடியலனா எரிச்சல், கோபம், பயம், பதட்டம் இதெல்லாம் தவிர்க்க முடியாது. இதனால தினமும் செய்யும் பணியிலயும் செயல்திறன் இழப்பாங்க."

"இதுல பொது கழிவறைகளில் சுத்தமில்லாததும் பலருக்கு சிறுநீர் கழிக்க பிடிக்கறதில்லை. சில பேர்க்கு சுத்தமில்லாத கழிவறைல தொற்று ஏற்பட்டுவிடுமோன்னு பயமும் இருக்கு. அப்போ பொது

இடங்களில் தேவையான அளவு கழிவறை ஏற்படுத்தறதும், அதைச் சுத்தமா பராமரிக்கறதும் சமூகம், அரசாங்கம் என நம் அனைவரின் கடமையும் பொறுப்பும்தான். சிறுநீர் போன பின்பு ஆணோ, பெண்ணோ தன்னோட அடையாள உறுப்புகளை நீர் கொண்டு கழுவி சுத்தமா வைச்சுக்கணும்." என்றார் அம்மா.

" ரொம்ப அருமையாச் சொன்னிங்க அத்தை. இனி கழிவறையை முறையாப் பயன்படுத்துவோம். கழிவறை தேவைங்கிறதும், சுத்தமானதாய் இருப்பதும் எங்கள் உரிமைதான்னு தைரியமாகக் கேட்போம்", என்றாள் பாரதி.

" உடம்பிலுள்ள கழிவை அடக்கி, கழிப்பதைத் தள்ளிப்போட்டா இவ்ளோ பின்விளைவுகள் வரும்ன்னு இப்போ தெரிஞ்சுக்கிட்டோம். இனி தோணும்போது கேட்டு சிறுநீர் கழிக்கக் கழிவறையைப் பயன்படுத்துவோம்," என்றாள் கார்த்திகா.

" இப்போதான் பெண்களை கிண்டல் பண்ணாம அவங்களுக்கு உதவி செய்யணும்னு புரியுது" என்றான் லெனின். அனைவரும் தங்களுக்குப் பல விசயங்களைப் புரிய வைத்ததற்காக, அனு அத்தை மற்றும் அனன்யா மீது பேரன்பை நெஞ்சில் ஏந்தி அவரவர் வீடுகளுக்குப் புறப்படத் தயாரானார்கள். அனு அத்தை அனைத்து குழந்தைகளுக்கும் ஒரு புத்தகத்தை அன்பளிப்பாகக் கொடுத்தனுப்பினார். வந்தவர்களில் பலர் அனன்யாவின் நூலகம் போல தங்கள் வீட்டிலும் நூலகம் வைக்கத் திட்டமிட்டனர். அனு அத்தை கொடுத்த ஒற்றை நூலே நூலகத்தின் முதல் தொடக்கப் புத்தகமாகப் போவது கண்டு அவரவர் பெற்றோருக்கும், அனு அத்தைக்கும் பெருமகிழ்ச்சி!

5 வாயாடியா நாங்க?

பலபேர் வாயிலிருந்து புறப்பட்ட சொல்லம்புகள் கவிதாவைப் பதம் பார்த்திருந்ததால், அன்றெல்லாம் சிந்தனையிலே மூழ்கிப் போனாள். ஒவ்வொருவர் சொன்ன சொல்லும் விடுத்த அம்பாகத் திரும்பத் திரும்ப வந்து துளைத்ததைக் கவிதாவால் அன்று மறக்கவே முடியவில்லை.

"அவ பெரிய வாயாடி, அவளையெல்லாம் சின்னதுலயே அடக்கி ஒடுக்கி வளர்க்கணும். சும்மாவா சொன்னாங்க பெரியவங்க. முருங்கையை ஒடிச்சி வளர்க்கணும்ன்னு?" என்று பக்கத்து வீட்டு பூர்ணா கவிதாவின் துடுக்குத்தனத்தைப் பார்த்து சொன்னதும், 'முருங்கையோடு தன்னை ஒப்பிட்டு ஒரு அற்பப்பழமொழி வேற சொல்றாங்களே'ன்னு கவிதாவுக்குத் தோன்றியது.

"இதா பாரு சும்மா லொட லொடன்னு பேசக்கூடாது, பொண்ணா அடக்கமா இருக்கணும்", என்றாள் அத்தை. உடனிருந்த மாமா முருகன் வேறு, "இத பாரும்மா...பொண்ணு எல்லா இடத்துலயும் போயி இப்படி பேசிக்கிட்டே இருந்தா, சமூகம் உன்னைத்தான் தப்பா பேசும். எங்க என்ன பேசணுமோ, அங்க அதைப் பேசணும். பேசக்கூடாதுன்னா பேசாம இருக்கணும். பொண்ணுனா அமைதியா

இருந்தாத்தான் அழகே" என்று பேசினார். கூடவே, இப்படி நயமாய் சொன்னாத்தான் கேட்பாங்க என்று பெருமை வேறு பட்டுக்கொண்டார். இதெல்லாம் வார்த்தை பிசிறாமல் வந்து வந்து போனது கவிதாவின் சிந்தனையில்...

"பெண்கள்ன்னா வாயாடிகளாம்! புறம் பேசுவாங்களாம்! மனதில் ஏதும் வைத்துக்கொள்ளத் தெரியாதவங்க அப்படினு பெண்களுக்கான குணமாய் பொதுமைப்படுத்தறாங்க. இதெல்லாம் ஆண்களுக்கு இல்லவே இல்லையா?", எனப் பல கேள்விகளில் மூழ்கிப் போனாள் கவிதா.

இந்தக் கேள்விகளுக்கெல்லாம் அறிவியல் மனப்பான்மையோடு ஆராய்ந்து பதில் கொடுப்பவள் அக்கா பிரீத்தி தான் என்று சட்டென்று கவிதா மனதில் உதித்தது. பிரீத்தி வந்தவுடன் கேட்டுவிடுவதென மனதில் கேள்விப்பட்டியலைத் தயாரித்துக் கொண்டிருந்தாள் கவிதா. அக்கா பிரீத்தி அலுவல் பணி முடிந்து வீடு திரும்பும் சத்தம் கேட்டது. கவிதா மனம் மகிழ்ச்சியில் துள்ளியது. உண்ண தீனி எதுவும் வாங்கிட்டு வந்திருக்கிறாரோ என்று கண் ஒருபுறம் தேடியது.

அலுவலக நண்பர் தஞ்சாவூரில் இருந்து தம்ரூட் என்ற அந்த ஊர் சிறப்பு இனிப்பை வாங்கி வந்து கொடுத்ததை வீட்டிற்குக் கொண்டு வந்திருந்தாள் பிரீத்தி. கவிதாவிற்கு மிகவும் பிடித்த இனிப்பு என்பதால், வீட்டிற்கு வந்ததும் கடைக்குட்டி கவிதாவிடம் தம்ரூட்டைத் தந்து, வீட்டில் அனைவருக்கும் பங்கிட்டு கொடுத்து அவளையும் சாப்பிடச் சொன்னார். கவிதாவும் சரியென்று கூறி தம்ரூட்டை வாங்கும்போதே, "உங்களிடம் சில கேள்விகள் இருக்கு உரையாடணும்", என்றாள் கவிதாவின் விருப்பத்தைக் கேட்டுவிட்டு, "கொஞ்சம் அசதியா இருக்கு. கொஞ்சம் புத்துணர்ச்சி ஆயிட்டு வரேன். தம்ரூட்டைச் சாப்பிட்டுக்கிட்டே பேசலாம்", என்றாள் பிரீத்தி. ஏகமனதோடு அக்காவின் நிலையைப் புரிந்துகொண்டு சரியென்று சொன்னாள் கவிதா. சிறிது நேரம் கழித்து அக்கா புத்துணர்வாகி வந்ததும், தம்ரூட்டுடன் உரையாடல் தொடங்கியது.

" என்னவோ கேள்விகள் கேட்கணும்ன்னு சொன்னியே என் வாயாடி செல்லத் தங்கச்சி", என பிரீத்தியும் வாயாடி எனச் சொல்ல, " போக்கா... நீயும் என்னை வாயாடின்னு சொல்ற", என்று சிணுங்கினாள் கவிதா.

“சரி செல்லம்...உன் கேள்விகளைக் கேளு”, என்றார் பிரீத்தி.

“அதாவதுக்கா... என்னை வாயாடி, வாயாடின்னு எங்கப் போனாலும் சொல்றாங்க. பொண்ணுனா வாயாடாம, அடக்கமா இருக்கணும்னு நிறைய பேர் சொல்றாங்க”, என்று யார் யார் என்னென்ன சொன்னார்களோ, அதையெல்லாம் அச்சுப்பிசகாமல் அக்காவிடம் கொட்டித்தீர்த்தாள் கவிதா.

“பெண்கள் எல்லோரும் இப்படித்தான் வாயாடியா, புறம் பேசுவாங்கன்னு சொல்றாங்களே. அது உண்மையா? சொல்லேன் அக்கா”, என அதீத தேடலுடனும், வருத்தத்துடனும் கேட்டாள். கவிதாவின் காதுகள் பிரீத்தியின் பதிலை எதிர்நோக்கியிருந்தன. பல புத்தகங்கள் வாசிப்பவள். ஊடகத்தில் பணிபுரிபவள். எதையும் ஆழ்ந்து ஆராய்ந்து அனுபவத்தோடு பேசுபவள். தன்னைவிட அதிக நபர்களுடன் பழகிய அனுபவம் தன் அக்காவிற்கு இருப்பதால் தன் ஐயத்தைத் தீர்ப்பார் என பெருநம்பிக்கை கவிதாவுக்கு இருந்தது.

“நம் முன்னோர்கள் வேட்டை சமூகமாக இருந்த போது ஆண், பெண் இருவரும் வேட்டைக்குப் போனாங்கன்னு படிச்சிருப்ப. பொதுவாகவே குழந்தை வளர்ப்புல பெண் இயல்பா அதிகமா பங்கெடுக்க வேண்டியதா இருந்தது. குழந்தைக்குப் பேச பெரும்பாலும் தாய்தான் சொல்லிக் குடுத்தா. ஆரம்ப காலகட்டத்திலிருந்து இன்று வரை அம்மா தான் சொல்லிக் குடுக்கறாங்க. மொழியைக்கூட நம்ம தாய்மொழின்னு சொல்றோம்”, என்று பிரீத்தி சொல்லிக்கொண்டு வர, கவிதாவின் மனதில் வேட்டை ஆதி சமூகத்தை ஓட்டிப் பார்த்துக் கொண்டிருந்தாள். பிரீத்தியின் கருத்துக்கு மாற்று கருத்து இல்லை என்று எண்ணியபடியே, “ அப்புறம் சொல்லுக்கா” என்றாள் கவிதா.

“மொழியைக் கையாளும் வாய்ப்பு பெண்களுக்கு அதிகம் கிடைச்சுச்சு. இதுல இன்னொண்ணையும் சேர்த்து யோசிக்கணும்., அறிவியல் அறிஞர் சார்லஸ் டார்வின் பரிணாமக் கொள்கைல பூமியில் வாழும் உயிரினங்கள் எந்த உறுப்பை அதிகம் பயன்படுத்துதோ அது காலப்போக்கில் வலுவானதா மாறும். பயன்படுத்தாம விடறது அப்படியே பரிணாம வளர்ச்சி படிநிலைல உதிர்ந்திடும்; இல்ல செயல்படாம தொக்கி நிற்கும்ன்னு சொல்லி பல சான்றுகளை நம்மிடம் வைக்கிறார்”, என்று பிரீத்தி சொன்னவுடன், கவிதாவிற்கு வகுப்பில் படித்த டார்வின் கொள்கைகள் நினைவுக்கு வந்தன.

ஆமாம் என்பதுபோல் அக்கா பிரீத்தி சொல்வதையெல்லாம் மனதில் கோக்க முயற்சித்து, "பெண்கள் மொழிவளத்தைப் பயன்படுத்தறதால, மொழியைக் கையாளுதல் அவுங்களுக்கு வலுவாகி சுலபமாயிடுச்சுன்னு சொல்றியா?" என்று புரிந்துகொள்ள முயன்றாள் கவிதா.

"ஆண், பெண் இருவருக்கும் மூளையின் இடது பகுதி மொழியைக் கையாள்வதை நிர்வகிக்குது. பெண் மொழியை அதிகமாகக் கையாளும் வாய்ப்பு பெற்றதால, மொழிவளத்துக்கான மூளையின் பகுதி ஆணைவிட பெண்ணுக்கு வலுவா இருக்குதுன்னு அறிவியல் சொல்லுது. ஆண் வேட்டைக்குப் போகும்போது சும்மா பேசிக்கிட்டிருந்தா, வேட்டை விலங்கு கிடைக்குமா? இதையும் இணைச்சுப் பார்க்கணும். இப்போதைய மனிதர்கள் ஆணோ, பெண்ணோ யார் மொழியை அதிகம் பயன்படுத்தினாலும் அவரோட மூளையின் மொழிப்பகுதி வலுவானதா அமையும். இப்படியெல்லாம் அறிவியல் சொன்னாலும், ஆண் பொதுவாக அதிகம் பேசும்போது அப்படி சமூகம் சொல்றதில்லை."

"காலம்காலமா பெண்ணைப் பல வழிகளில் சமூகம் ஒடுக்குது. அதுல இப்படி பெண்ணுக்கான குணங்களைப் பொதுமைப்படுத்தறதையும் சொல்லலாம். அதனால பெண்களாகிய நம்மகிட்ட மொழிவளம் அதிகமா இருக்கும்போது, நம் இன்ப, துன்பங்களை பேசித்தான் வெளிப்படுத்துவோம். கத்துக்கறதும் மொழிவழியாத்தான் கத்துக்குறோம். மொழியைக் கையாளும் அறிவு நமக்கு அதிகமா இருக்கும். யார் மொழியை அதிகம் கையாள்றாங்களோ, அவங்களுடைய மூளையின் மொழிப்பகுதி இன்னும் அதிக வலுவாகுது. இதுல ஆண்,பெண் வேறுபாடு பார்க்கத் தேவையில்லை", என நீண்ட விளக்கம் கொடுத்துவிட்டுத் தொடந்தார் பிரீத்தி.

"உன்னை மற்றவங்க வாயாடின்னு சொன்னா உனக்கு மொழிவளம் அதிகமா இருக்குதுன்னு அர்த்தம். மொழி சார்ந்த திறமைகளை வளர்த்துக்கோ."

"மொழி சார்ந்த, மொழியைக் கையாள்ற ஊடகவியல், மொழியியல், அரசியல், மக்கள் தொடர்பு, போன்ற எண்ணற்ற துறைகள்ல வாய்ப்புகள் இருக்கு. விரும்பிய துறையைத் தேர்ந்தெடுத்து நீ உன்னுடைய பங்களிப்பைச் செலுத்தலாம்", என்று கவிதாவின் கேள்விகளுக்குப் பகுத்து ஆராய்ந்து பதிலளித்தாள்

பிரீத்தி. வாயாடிதான் மொழிவளம் மிக்கவள் என்று கவிதாவுக்குப் புரிந்ததது. அக்கம்பக்கத்தினர் வார்த்தைகளையெல்லாம் சுக்கு நூறாய் உடைத்து, " ஆம். நான் வாயாடிதான் " என்று அந்த உடைந்த சில்லுகள் மேல் கம்பீரமாய் நாற்காலி போட்டு அமர்வது போலக் கற்பனை செய்து பார்த்தாள்.

புறம்பேசுவது, புலம்புவது எல்லாம் பெண்கள் தான் என்று சொல்றாங்களே, என்று தன் ஏனைய கேள்விகளையும் கேட்டார் கவிதா. " பெண் இயல்பாகப் பேசும் இடம் சமூகத்தில் மறுக்கப்படுது. நேருக்கு நேராகப் பேசும் இடமும் அவளுக்கு இல்லை. அந்த இடங்களில் இது கட்டாயம் நடக்கும். புலம்புவதுகூட பெண்ணின் இன்ப துன்பங்களுக்கு மதிப்பளித்துப் பார்க்கும் சமூகம் வாய்க்கப்பெறும்போதும், பெண்ணை இயல்பாக வாழ வாய்ப்பளித்து சுரண்டாத சமூகம் அமையும்போதும் மாறும்."

"இவை ஒடுக்கப்படும் இடத்தில் உள்ள பெண், ஆண், ஏனைய பால்புதுமையினர் என அனைவரிடத்திலும் பெரும்பாலும் காணப்படும். பெண் இயல்பாய் வாழும் சமூகம் வேண்டுவோம் என் வாயாடித் தங்கச்சி", என தங்கையை அணைத்து முத்தம் கொடுத்தார் பிரீத்தி. "இது போன்று சமூகம் பொதுமைப்படுத்தும் விடயங்களை நாம் பகுத்துப் பார்த்து நம்மை வலிமைப்படுத்திக் கொள்வோம்" என்றார். பெரும் மனநிறைவுடன் இரவு உணவுண்ணச் சென்றனர் இருவரும்.

6 பொண்ணு கறுப்பா?

பொங்கல் விழா நெருங்க நெருங்க முருகன், திவ்யா குடும்பத்தினருக்கும் அவர்கள் உறவினர்கள், நண்பர்களுக்கும் மகிழ்ச்சி தொற்றிக்கொள்ளும்.

திவ்யா, முருகன் குடும்பத்தினர் மலை அடிவாரத்தில் விவசாயம் பண்ணிக்கொண்டும், ஆடு, மாடுகளை வளர்த்துக்கொண்டும் வாழ்க்கை நடத்தி வந்தனர். ஒவ்வொரு வருடம் பொங்கல் விழாவுக்கும் உறவினர்களும், நண்பர்களும் கூடி பொங்கல் விழாவைச் சிறப்பாகக் கொண்டாடுவார்கள். அனைத்து வேலைகளையும் அனைவரும் பகிர்ந்து செய்வார்கள். இந்தக் கூடலுக்குப் பல நாட்கள் முன்பிருந்தே சிறுவர்களில் இருந்து பெரியவர்கள் வரைக்கும் திட்டம் போடத் தொடங்கிடுவார்கள்.

பொங்கல் விழா நெருங்க நெருங்க ஆர்வம் மிகுதியாகிவிடும். போகிக்கு முன்னதாகவே ஒவ்வொருவராக வரத் தொடங்கிவிடுவார்கள். முருகனின் குடும்பத்தினரும் அதற்கான முன் தயாரிப்புகளைச் செய்து வைக்கத் தொடங்கிவிடுவார்கள். போகிக்கு முதல் நாளன்று அனைவரும் ஒன்றுகூடி ஒவ்வொருவருக்கும் பொறுப்புகளை ஒதுக்கிவிடுவார்கள். பொறுப்புகளை வருடாவருடம் மாற்றிக்கொள்வார்கள்.

சமையல் பொறுப்பாளர்கள் சமையல் செய்துகொண்டே, "எந்தப் பாகுபாடும் இல்லாம அனைவரும் எந்த வேலையா இருந்தாலும் பங்கிட்டுச் செய்யணும்ங்கிறதுதான் இந்தக் கூடல்ல இருக்குற அழகான உச்சகட்ட சிறப்பே" என்று புதிதாகத் திருமணம் ஆகி வந்திருக்கும் கலா சொல்ல, அதை ஆமாம் என்பதுபோல் அனைவரும் தலையசைத்து 'உம்' கொட்டினர். கலாவும் மனோவும் புதுமணத் தம்பதி. கலாவுக்கு இந்தக் கூடல்தான் முதலாவது.

கலகலப்பாக அரட்டையைத் தொடங்கினர். "நானும் முகத்துக்கு என்னென்னவோ பூச்சு போட்டுப் பார்க்கறேன். நீங்க என்னதான் போடறீங்க இப்படி வெள்ளையா இருக்கறீங்க" என்றார் கலா ஆனந்தியிடம்.

"நான் பவுடர்கூடப் போடறதில்ல. நல்லா சத்தா சாப்பிடுவேன், தேவையான அளவு தண்ணீர் மறக்காம குடிச்சிருவேன், நல்லா தூங்குவேன் அவ்ளோதான். அப்பப்போ கொஞ்சம் உடற்பயிற்சி, மூச்சுப் பயிற்சி செய்வேன். மனதையும் உடலையும் எப்போதும் புத்துணர்வாடே வச்சுக்குவேன்" என்றார் ஆனந்தி.

"உடல் நலனை நல்லா பார்க்கறீங்கன்னு சொல்லுங்க, கூடவே மனநலனையும் கவனிச்சுக்கறீங்க. பெரும்பாலான பெண்கள் செய்ய நினைத்தும் செய்ய முடியாததைச் செய்யறீங்க அண்ணி சிறப்பு" என்றார் சந்தியா.

"உன் தம்பி தீபக் வெளுப்பா அழகா இருக்கான். ஆமா, சந்தியா இப்படிக் கறுப்பா பொறந்திட்டியே... அவன் கறுப்பா இருந்திருந்தாக்கூடப் பரவால்ல. பிற்காலத்துல கண்ணாலத்துல பொண்ணு கறுப்பா இருந்தா நல்ல மாப்பிள்ளை கிடைக்காது. அதான் சொல்றேன்" என்று பெருமூச்சுவிட்டாள் கலா.

அங்கிருந்த அனைவருக்கும் அதிர்ச்சியாகவும் சந்தியா இதை நினைத்து கவலைப்படுவாளோ என்று வருத்தமாகவும் இருந்தது.

"சரி, வெள்ளை நிறத் தோல்தான் உயர்ந்ததா? அழகா?" என்று கேட்டார் ஆனந்தி.

உடனே கலா, "அதெல்லாம் தெரியாது. நாலுபேர் பொதுவா வெள்ளையா இருந்தாத்தான் ஒசத்தி, அழகுன்னு சொல்றாங்க. மதிக்கறாங்க. குறிப்பா பொண்ணுனா வெள்ளையா அழகா இருக்கணும்" என்றாள்.

"பொதுவுல சமூகம் அப்படித்தான் இருக்குது. ஆனா, தோலில்

நிறத்துக்குக் காரணம் மெலனின் அப்படிங்கிற நிறமி கொண்ட செல்கள் இருப்பதே. மெலனின் நிறமி கொண்ட செல் மிக அடர்த்தியாக இருந்தா அவங்க கறுப்பா இருப்பாங்க. மெலனின் நிறமி அடர்த்திக்கேற்ப அவங்கவங்க தோல் நிறம் இருக்கும். பூமில தொடக்கக்காலத்துல இருந்த நம்ம தாத்தா, பாட்டிகள் எல்லாம் கறுப்பன், கறுப்பிகள்தான். முதல் மனிதர்கள் தோன்றிய ஆப்பிரிக்காவுல இப்பகூட மனிதர்கள் அடர்கறுப்பாத்தான் இருக்காங்க" என்று ஆனந்தி முடிக்கும் முன்பே, "ஆமாம் அவங்க ஆப்பிரிக்கக் கறுப்பர்கள்" என்றாள் கலா.

"ஆப்பிரிக்கக் கண்டம் போன்ற நிலநடுக்கோட்டுப் பகுதியில் வாழும் பகுதில வருடம் முழுவதும் வெயில் அடிப்பதால் அவங்க தோலில் மெலனின் நிறமி செல்கள் அதிகமா உருவாகி கறுப்பாக இருக்காங்க. காலப்போக்கில் மனிதர்கள் உலகின் பல்வேறு இடத்திற்கு இடப்பெயர்ச்சி அடைஞ்சாங்க. குளிர் பிரதேசம், மித வெப்ப மண்டலம்ன்னு நகர்ந்து அங்கங்க நிலையாகக் குடியேறி வாழத் தொடங்கினாங்க. அவங்க இருக்கற காலநிலை சூழலுக்கேற்ற மாதிரி மனிதர்கள் தோலின் நிறம் மாற்றம் அடைந்தது."

"நம்மவர்களிலேயே அதிகமாக வெயில்ல போறவங்க கறுப்பாகிடறாங்க. வெயில்லயே போகாம வீட்டுக்குள்ளேயே இருக்கவங்க வெளுப்பா இருக்கறத நான் பார்க்கறேனே அக்கா. அப்போ மெலனின் நம் உடலுக்கு என்ன செய்யுது?" என்றாள் கலா.

"நீயும்கூட இணையத்துல மெலனின் நிறமிகளோட வேலை, பயன்னு தேடிப் படிக்கலாம். நான் படிச்சவரைக்கும் சொல்றேன். பொதுவா மெலனின் நிறமி அதிகமா இருக்கவங்களுக்கு வெயில்ல தாங்கக்கூடிய சக்தி, சீக்கிரம் வயதாகாம இருப்பது, உடல்ல உள்ள நீர் குறையாம இருத்தல், நோய்க்கிருமி தாக்காத தோல்கள் போன்ற நன்மைகளுடன் வலுவாக இருப்பாங்களாம்.

அதுவுமில்லாம தோல் புற்றுநோய், கதிர்வீச்சு போன்றவற்றிலிருந்து எல்லாம் பாதுகாக்குதாம் கறுப்புத்தோல். இப்படி உலகத்துல பல ஆய்வாளர்களால் ஆய்வு பண்ணி அறிக்கை வெளியிட்டிருக்காங்க" என்றார் ஆனந்தி.

"அப்போ கறுப்பா இருக்கவங்க தோல் நிறம் குறைவா இருக்கறவங்களவிட பல வகைல வலிமையானவங்கன்னு

சொல்றீங்க. நானும் இது சார்ந்து நிறையத் தேடிப் படிக்கறேன். இப்படி இருக்க, ஏன் வெள்ளைத் தோலை அழகுன்னு சொல்லி அனைவரும் அதுபோல் ஆக பல முயற்சிகள் செய்ய வைக்கறாங்க" என்றாள் கலா.

"ஆண் எந்த நிறத்தில் வேணா இருக்கலாம், வெளிர், கறுப்பு நிற ஆண்களைப் பாகுபடுத்திப் பார்ப்பதுண்டு. ஆனாலும் பெண் வெளிர் நிறமா இருக்கணும்னு பொதுவா பெரும்பாலும் நினைக்கறாங்க. அதற்கெல்லாம் என்ன காரணம் இருக்கும்ன்னு நீயே பகுத்துப் பார்த்துட்டுச் சொல்லு, நாம பேசலாம்" என்றார் ஆனந்தி.

"சிறப்பான உரையாடல். நானும் நிறைய விஷயம் தெரிஞ்சுக்கிட்டேன். சரி, வாங்க சமையல் முடிஞ்சிடுச்சு. சாப்பிடலாம்" என்று சமையல் பொறுப்பாளர் தமிழரசன் கூற, அனைவரும் சென்றனர்.

7 சமத்துவமான வகுப்பறை

"இன்னிக்கிப் பேருந்து ஒரே கூட்டமா இருந்துச்சு. உட்கார இடமே கிடைக்காம நின்னுகிட்டே வந்து காலையிலேயே அசதி ஆயிடுச்சு. எல்லோரும் பயணிக்கிற நேரமா இருக்கறதால பல நேரம் அப்படித்தான் இருக்கு. என்ன செய்யறது அரசாங்கம் மாற்று உபாயம் ஏதாவது செய்ய முயற்சிக்கலாம் " என்று பெருமூச்சு விட்டார் கலா.

"நின்னுகிட்டே வர்றது சிரமம்தான். பயணத்திலேயே அசதி ஆயிடும்தான். பெண்களாகிய நமக்கு குடும்ப வேலைகளை முடிச்சிட்டுப் பயணம் பண்ணி வேலைக்கு வர்றது இன்னும் கூடுதல் அசதி தான் டீச்சர்" என்றார் மீனா.

"கடைசி வகுப்பு 9பி தானே டீச்சர், எப்படி வகுப்பு போச்சு?" என்று கலா முடிக்கும் முன்பே மீனா படபடவென தொடங்கினார்: "எப்படிப் போச்சா? என்னமோ போங்க ! எப்படித்தான் அந்த வகுப்பைச் சமாளிக்கறதுன்னு பல நேரம் நான் தடுமாறுறேன். பசங்க ஒரே அடாவடியா இருக்காங்க! நீங்க எப்படித்தான் அந்த வகுப்புக்கு வகுப்பாசிரியரா இருக்கீங்களோ! நம்ம பள்ளிலயே அடங்காத வகுப்புகள்ல இதுவும் ஒண்ணு. எப்படித்தான் நீங்க சமாளிக்கறீங்க?"

“கல்விங்கிறது கத்துக்கறது, கத்துக் கொடுக்கறதை உள்ளடக்கியது. கத்துக்கறதும் கத்துக்கொடுக்கறதும் பள்ளியில் மட்டுமல்லாம குழந்தைகள் போற இடம் எல்லாத்திலும் நடக்க வாய்ப்பிருக்கு. பல இடங்களில் குழந்தைகள் கத்துக்கறாங்க. நாமும் கல்வி சார்ந்தும், குழந்தைகள் சார்ந்தும் பலவற்றைத் தேடிப் படித்துக்கொண்டேதான் இருக்கோம். குறிப்பா என்னோட வகுப்பு குழந்தைங்ககிட்டயும் கத்துக்கிட்டே இருக்கேன். தொடர் முயற்சிதானே ஆசிரியராகிய நமக்குத் தேவை. குழந்தைகளைப் புரிஞ்சுக்கறதுக்கும் முயற்சி செஞ்சுகிட்டே இருக்கேன்“ என்றார் கலா.

“என்னமோ போ! நீதான் என்னென்னவோ பேசற... அதெல்லாம் பசங்களா? பாடம் எடுக்கவே விடமாட்டாங்க. கத்திக் கூச்சல் போடறதே வாடிக்கை அவங்களுக்கு. மத்த டீச்சர்ஸ் எல்லாம் கதறுறாங்க” என்று ஆஜரானார் சுகிதா.

சுகிதாவின் கருத்தை மற்ற ஆசிரியர்களும் ஆம் என்ற தலையசைப்போடு ஆமோதித்தனர்.

“வகுப்பே அடங்காதவங்களா இருக்காங்க. இந்தப் பொம்பளப் புள்ளைங்களுக்கு எங்கப் போச்சு புத்தி? அவங்களும் ஆம்பளப்பசங்களுக்கு ஈடா , ஏன் ஒரு படி மேல போய் ஆடறாங்க. காலம் ரொம்ப கெட்டுப் போச்சு போங்க. இந்தக் காலத்துல ஆசிரியரா இவங்களுக்குப் பாடம் எடுக்கறதே சவாலான விஷயம்தான். கலா கொஞ்சம் கண்டிச்சு வைங்க“ என்று உரையாடலில் புதிதாக வந்தார் லீலாவதி.

“எனக்கொரு சந்தேகம், இந்த வகுப்புலதான் இப்படிப் பசங்க இருக்காங்களா, இல்ல வேற வகுப்புலயும் இருக்காங்களா?“ என்று கொக்கிப் போட்டார் கலா.

“குழந்தைகளோட அறிவு,இயல்புகள் எல்லாம் ஒவ்வொருவருக்கும் வேறுபாடா, பலவகை அறிவுத்திறன் (MULTIPLE INTELLIGENCE) இருக்குன்னு ஹோவார்டு கார்டனர்ங்கிற அறிஞர் மற்றும் இன்னும் பலர் ஆய்வுசெய்து சொல்லியிருக்காங்க. ஒருத்தருக்கே ஒன்றுக்கு மேற்பட்ட அறிவுத்திறன்கூட இருக்குமாம். கார்டனர் எட்டு வகையான அறிவுத்திறனை வகைப்படுத்தியிருக்காரு. ஆனா, இப்படி வித்தியாசமா வெவ்வேறு அறிவுத்திறன் (INTELLIGENCE) உள்ள குழந்தைகளுக்கு ஒரே விதமான கல்வி, கற்பித்தல் முறை நடைமுறைல இருக்குங்கிறது விவாதிக்கப்பட

வேண்டிய விஷயம். அதைத் தனியா பேசணும். கார்டனர் சொல்ற எட்டு வகையான அறிவுல உடல் இயக்க அறிவுத்திறன் ஒண்ணு இருக்கு. அது இருக்கற குழந்தைகள் உடல் இயக்கம் அதிகமா தரமாதிரியான செயல்பாடுகள் மூலமாத்தான் கத்துக்குவாங்க. சும்மா ஒரு இடத்துல உட்கார்ந்திருக்க மாட்டாங்க. ஆனா, எதார்த்தத்துல ஒரே இடத்துல உக்கார வைச்சு சொல்ல வேண்டிய நிலை நமக்கு. மொழியறிவு இருக்கறவங்க அதிகம் மொழியைப் பயன்படுத்தறவங்களா இருப்பாங்க. மனிதர்களோட தொடர்பு (INTER PERSONAL INTELLIGENCE) அறிவுத்திறன் இருக்கவங்க எப்பவும் அதிக மனிதர்களோடே பழகுவாங்க, உரையாடுவாங்க.இப்படிப் பல்வகை அறிவுத்திறனோட இருக்கற குழந்தைகள நாம பல்வகைக் கற்பித்தல் வழிகளைப் பயன்படுத்தி கற்பிக்க முயல்வோம். குழந்தைகளைத் தனித்தனி அறிவுத்திறன் கொண்டவர்களா புரிஞ்சுக்க முயல்வோம்“ என்றார் கலா.

“என்னென்னவோ பல்வகை அறிவுத்திறன்ங்கிற... சரி, தேடிப் படிச்சு நானும் தெரிஞ்சுக்கறேன். அப்போ வித்தியாசமான பல்வகை அறிவுத்திறனை உள்ளடக்கிய கற்பித்தல் முறைதான் இனி வகுப்புல செய்யணும்ங்கிற. ஆனாலும் இந்தப் பொண்ணுங்க ஆட்டம் தாங்கலியே! நாளைக்கு அவங்க எதிர்காலம் என்னாவுறதுங்கிற கவலை நமக்கு இல்லாம இல்லை” என்றார் லீலாவதி.

“குறும்பு பண்றது, தன்னை வெளிப்படுத்தறது குழந்தைகளின் இயல்புதான். சின்ன வயசுல அதை நாம் ரசித்து மகிழ்கிறோம். ரொம்ப அடாவடி செய்தா, பெருசா ஆண், பெண்ணுனு பிரிச்சுப் பார்க்கறதில்ல. பெரியவங்க ஆகும்போது பதின்ம வயது ஹார்மோன்கள் ஒரு பக்கம் உடம்புல பூந்து விளையாடத் தொடங்குது. பதின்ம வயதுல இருக்கிற குழந்தைகள் நம்மகிட்ட வகுப்பறையில இருக்காங்க “ என்றார் கலா.

“சின்னது எப்படியோ இருந்துட்டுப் போகட்டும். வயசுக்கு வந்துட்டா பொண்ணுங்க அடக்க ஒடுக்கமா இருக்கணுமா இல்லியா? ஆம்பளப் பசங்கதான் பெஞ்சு மேல ஏறி ஆடறாங்கன்னா, இவளுகளும் ஆடறாளுங்க. எப்படித்தான் வாழப்போறாங்களோ! நாமெல்லாம் இப்படியா இருந்தோம்? இருக்கற இடமே தெரியாமத்தான இருந்தோம். இதெல்லாம் எங்கப் போயி முடியப் போகுதோ?” என்று வெடித்தார் மீனா.

“சின்ன வயசுல சொல்லாத நாம, பதின்ம வயசுல மட்டும் ஏன் சொல்றோம். பொதுவாக ஆண், பெண் அடக்கமா, அமைதியா இருக்கணும்னு சொல்லாம, பெண்ணை மட்டும் கூடுதலா அடக்கமா அதிகம் பேசாம குறும்புகள் செய்யாம இருக்கணும் நினைக்கக் காரணம் என்னவா இருக்கும்? குழந்தைமைன்னாவே குறும்புகள்தானே?“ என்றார் கலா.

“என்ன நம்மகிட்ட படிக்கற பொண்ணு சமூகம், குடும்பம், படிப்புன்னு சிறப்பா வளர்ந்து உச்சத்தைத் தொடும்னு நாம நினைக்கறோம். இப்படி அடங்காப்பிடாரி ஆகி படிப்பைக் கோட்டை விட்டுச்சுன்னா வாழ்க்கை வீணாகிடுமேன்னு கவலைதான். எங்க அவுங்க புரிஞ்சுக்கறாங்க?“ என்றார் கரிசனம் கலந்த குரலில் லீலாவதி.

“உங்க ஆதங்கம் புரியுது. காலங்காலமா ஆண் தன் இயல்பை வெளிப்படுத்த இந்தச் சமூகத்தில் வாய்ப்பிருக்கு. பெண் தன் இயல்பைக் கட்டுப்படுத்திக்கிட்டு அடக்கமா வாழணும்னு சமூகமும் குடும்பமும் பெண் மேல திணிக்கிறது மூலமா ஆதிக்கத்தை நிலைநாட்டுது. கல்வி மூலமா பாலின பேதத்தைக் குறைச்சு சமூகத்துல சமத்துவம் மலரணும்னு படிச்சிருக்கோம் அரசாங்கமும் கல்விக் கொள்கைல வைச்சிருக்கு, பயிற்சிகள்லகூட நமக்குச் சொல்றாங்க. பெண்களாகிய நாம் கல்வி கற்றதாலதான் நாமளும் இங்க ஆசிரியரா வந்து சொந்தக்கால்ல நிக்கறோம், விடுதலைக்காற்றைச் சுவாசிக்கறோம். ஆணோ பெண்ணோ குறும்பு, ஆட்டம், பாட்டம், கலகலப்பு இதெல்லாம் சேர்ந்ததே குழந்தைமை. அவர்கள் திறனை வெளிப்படுத்தற மாதிரி நம் கல்வி செயல்பாடுகள், ஆடல், பாடல், விளையாட்டு, நகைச்சுவை, களப்பயணம், ஆய்வு, விமர்சனம்னு பலவகையான யுக்திகளை உள்ளடக்கியதா இருக்கணும். இந்த மாதிரி குழந்தைகளுக்கு கற்றுக்கொடுக்க நாம இன்னும் அதிக தேடலோட வேலை செய்யணும். இதை வகுப்புக்கோ நமக்கோ இடைஞ்சலா நினைக்காம இவர்கள்கிட்ட உரையாடல் நிகழ்த்தலாம், எந்த மாதிரியான கற்பித்தல் முறையை விரும்பறாங்கனு. இப்போ மாற்றம் தொடங்குற காலத்துல இருக்கோம். முற்காலத்துல அதிகமா பெண்ணை அடக்கி வைச்சது இப்போ சுதந்திரக் காற்றைச் சுவாசிக்கறதால தற்சமயத்துக்கு அதிக எழுச்சியோட பெண்கள் இருக்கலாம். இல்ல ஒப்பீட்டளவில் முன்னைவிட இப்போ பார்க்க அப்படித் தெரியலாம். இதெல்லாம்

இயற்கைதானே! இப்படியெல்லாம் பேசினாலும் மாற்றம் முற்றிலும் நிகழ்ந்திடாததால மாற்றம் முழுமையாக நிகழும்வரை நம் சமூக வாழ்வியல் எதார்த்தத்தையும் நாம் பெண்களுக்குப் புரிய வைக்கணும் “ என்றார் கலா.

“அப்போ அடங்காம ஆடுங்கிறீயா? இல்ல யதார்த்தைச் சொல்லி புரிய வைக்கணும்ங்கிறீயா? பொண்ணுனா அச்சம், மடம், நாணம், பயிர்ப்பு இருக்கணும். அதுதான நம் கலாச்சாரம், அதை மாத்தலாமா? நம்ம பாரம்பரியம் என்னாவுறது?” என்றார் மீனா.

“அச்சம், மடம், நாணம், பயிர்ப்புன்னு பொருள் தெரியாமலே பாதிப் பேர் பொண்ணுனா இப்படி இருக்கணும்ன்னு சொல்லிடறாங்க. அச்சம். அஞ்சுவது கண்டு அஞ்சணும், மத்தபடி ஏன் பயப்படணும்? அப்புறம் மடமை எவ்ளோ விஷயம் தெரிஞ்சாலும் தெரியாதது போல நடிக்கச் சொல்றாங்க. எதுக்கு? நாணம் எந்தச் செயலைச் செய்யவும் வெட்கப்படுனு எதையும் செய்யவிடாமயே பெண்களை வைச்சிருக்கோம். இருக்கறதுல அர்த்தமே தெரியாத வார்த்தைதான் பயிர்ப்பு, அப்படின்னா தன்னைக் கட்டிக்கப் போற கணவரைத் தவிர, வேற ஆண் கை பட்டாக்கூட கம்பளிப்பூச்சி ஊர்ற மாதிரி உணரணுமாம். காலம் எவ்ளோ மாற்றமடைஞ்சு சமத்துவ பாதைல பயணிக்கும் வேளைல இதெல்லாம் கலாச்சாரம்ங்கிற பேர்ல திணிக்கலாமானு யோசிங்க. நாமெல்லாம் பெண்கள். நம்மை இப்படிப் பாகுபடுத்திப் பார்ப்பதை விரும்பமாட்டோம். நம்மகிட்ட படிக்கற பெண் குழந்தைகளையும் பிரிச்சுப் பார்க்க கூடாதுனு நினைக்கறேன். எளிமையா சொல்லணும்னா ஏன் இப்படிங்கிற இயற்கையைப் புரிஞ்சுக்கணும். ஒரு புறம் சமூக எதார்த்தத்தையும் விளங்க வைச்சு மாற்றத்துக்கான முன்னெடுப்பையும் நிதானமா செய்ங்கனு தெளிவாக அவங்களுக்குப் புரிய வைக்கணும். பல முறை அரைச்ச மாவையே அறிவுரைங்கிற பேர்ல கண்மூடித்தனமா அரைக்காம நாம பகுத்துப் பார்த்து இதைப் புரிஞ்சுக்கணும். எதார்த்ததுல மாற்றத்தை எப்படி முன்னெடுக்கணும், எப்படிப் பார்க்கணும்ன்னு பகிர்ந்துக்கணும். அடக்கமான பொண்ணை இனி சுடுகாட்லதான் தேடணும். அவர்களுக்கான அறிவுத்திறனை வெளிப்படுத்த நம் வகுப்புலயாவது வாய்ப்பு இருக்கட்டும். வகுப்பறை சமத்துவத்திற்கானது” என்றார் கலா.

“இதெல்லாம் எங்களுக்குப் புதுசா இருக்கு. சரி, குறைந்தபட்சம்,

நம்மகிட்ட படிக்கறக் குழந்தைகள்கிட்ட பாகுபாடில்லாத அணுகுமுறையை கொண்டுவர முயற்சி பண்றேன். நம்மை அறியாம பல கருத்தை நம் மண்டைக்குள்ள திணிச்சிருக்காங்க" என்றார் மீனா.

அடுத்த வகுப்பிற்கான மணியோசை கேட்டது. புத்துணர்வோடு கிளம்பினார்கள், குழந்தைகள் விரும்பும் ஆசிரியர்கள்.

8 விளையாட்டைப் பண்பாடாக்குவோம் !

ஒலிம்பிக் விளையாட்டுப் போட்டிகளைத் தொலைக்காட்சியில் தந்தையும் மகளுமாகப் பார்த்துக்கொண்டிருந்தனர். விளையாட்டுப் போட்டிகளைத் தவிர்க்காமல் பார்க்கும் மகளுடன், தந்தைக்கு வாய்ப்பிருக்கும்போது காண்பது வழக்கம்.

“130 கோடி பேர் இருக்கற நம்ம நாட்டுல ஒரு தங்கம் வாங்கறதுக்கே எவ்ளோ போராட வேண்டியிருக்கு? அமெரிக்கா, சீனால்லாம் பாரு கலக்கறான்” என்றார் அப்பா.

“எங்கப்பா, இங்க இயல்பா விளையாட விடறாங்க? அங்க போயி மெடல் வாங்கல, வாங்கலன்னா எப்படி?” என்று உள்ளக் குமுறலோடு கேட்டாள் வீரம்மாள்.

“நீ சொல்றதும் யோசிக்க வேண்டியதான் பாப்பா.”

யோசிக்கலானாள் வீரம்மாள். தன் அத்தையோடு நடந்த உரையாடல் அவள் நினைவுக்கு வந்தது. “எனக்கு விளையாடறதுன்னா ரொம்பப் பிடிக்குது. ஆனா, பொது இடங்களில் பெண்கள் விளையாடவே மாட்டிங்கிறாங்க. என்னையும் அனுமதிக்க மாட்டிங்கிறாங்க, ஏன் அத்தை?” என்று கேட்டாள் வீரம்மாள்.

“அதாவது பாப்பா பொதுவாகவே நம்ம சமூகத்துல விளையாட்டுக்கு முக்கியத்துவம் குறைவா இருக்கு.

கல்வி கற்பது வாழ்க்கைக்கான பொருளாதாரத்தை ஈட்டுவதற்கான முதலீடாத்தான் பொதுவா பார்க்கப்படுது. ஏதாவதொரு பதவி மூலம் அதிகாரத்தைப் பெறுதலும்கூட அதுல உள்ளடக்கியிருக்கு. அதுவுமில்லாம நம் கல்விமுறை எழுத்துத் தேர்வை மையப்படுத்தி இருக்கு. அதுல விளையாட்டுங்கிறது ஒப்புக்குச் சப்பானான பாடமாகத்தான் மதிப்பீட்டைப் பொறுத்தவரை இருக்கு. உடற்கல்விக்குனு தனி ஆசிரியர் , உயர்நிலைப் பள்ளிகளில் தான் இருக்கார் ” என்று கல்வி நிலையை விவரித்துக் கொண்டிருந்தார் அத்தை.

“எனக்குக் கால்பந்து விளையாடணும்னு ஆசை. ஆனா, எங்க போயி விளையாடறதுன்னு தெரியல. சரி ஏதாவது விளையாட்டு விளையாடலாம்னா ஆம்பளப் பசங்கதான் நம்ம ஊர்ல விளையாடறாங்க. அவங்க விளையாடறதைப் பார்க்கும்போது நானும் விளையாடமாட்டேனானு ஏக்கமா இருக்கு அத்தை.”

“ஒரு ஆண் நினைச்சா வெளில போயி விளையாடலாம். ஆனா, அவங்க விளையாட்டுப் போட்டிகள்ல பங்கேற்கற விகிதம் என்னவோ குறைவாத்தான் இருக்கு. இன்னொன்னு நம்ம நாட்ல கிரிக்கெட் பக்கமே நாட்டோட பெரும்பான்மை கவனம் இருக்குது. இப்போ மத்த விளையாட்டுகளும் கொஞ்சம் அதிகம் விளையாட , முக்கியத்துவம் கொடுக்கத் தொடங்கி அதுல பதக்கங்கள் பெற்று வராங்க. இன்னொன்னு நம் நாட்ல முக்கியமாக கருதற கிரிக்கெட் ஒலிம்பிக் போட்டில இல்லை. கிரிக்கெட்ல பெண்கள் கிரிக்கெட்டும் இருக்கு. ஆனா, ஆண்கள் போல முக்கியத்துவம் தர்றதில்லை. ஆங்கிலேயர் நம்ம நாட்டை விட்டுப் போனாலும் போகாத விளையாட்டு கிரிக்கெட்ன்னு சொல்லலாம்” என்றார் அத்தை.

”நீங்க சொல்றதென்னவோ சரிதான் அத்தை. எங்க பார்த்தாலும் கிரிக்கெட்தான் விளையாடறாங்க. அப்போ பொண்ணுங்கள ஏன் அனுமதிக்கறதில்லை? மற்ற நாடுகள்ல பெண்கள் எவ்ளோ அருமையா விளையாடறத டிவில பார்க்கறேன். நம்ம நாட்டுக்கும்கூட பெண்கள்தான் இந்த முறை ஒலிம்பிக்ல அதிக பதக்கம் வாங்கிக் கொடுத்திருக்காங்க. “

“போட்டிகளில் பங்கேற்று வெற்றி பெறுவது ஒருபுறம்

இருந்தாலும் நம்ம சமூகத்துல பெண் நினைச்சவுடனே பொதுவெளில விளையாடறதுக்கு அனுமதி இல்லை. ஆனா, ஆண் நினைச்சா உடல் புத்துணர்ச்சி, மனமகிழ்ச்சிக்கென விளையாட முடியும். பொதுவாகவே பொருளாதாரம் ஈட்ட வேலை வேலைன்னு போக வேண்டிய தேவை இருக்கறதால பெரியவர்களானதும் அவர்களின் விளையாட்டும் குறைஞ்சிடுது."

"ஓடறது, குதிக்கறது, தாண்டறது போன்ற விளையாட்டை ஆண்கள் விளையாட்டுன்னும் அஞ்சுக் கல், சொப்பு சாமான், தாயம் மாதிரி உட்கார்ந்து ஆடறத பெண்கள் விளையாட்டுன்னும் சொல்லும் பாகுபாடு இருக்கு. அதாவது பெண்கள் வீட்டுக்குள்ளயே இருக்கணும். அவங்க பலவீனமானவங்க, உடல் இயக்கம் அதிகம் செலுத்தற விளையாட்டை விளையாட முடியாதுன்னு சின்ன வயசுலயே நம்மை அறியாம நமக்குள்ளயே திணிச்சிடறாங்க" என்று பெருமூச்சுவிட்டார் அத்தை.

"ஆண்கள்ளகூட சின்ன வயசுல விளையாடினா விளையாட்டு பசங்கன்னு விட்ருவாங்க. அவங்களே குடும்பப் பொறுப்புக்கு வந்துட்டு விளையாடினா அவனுக்குப் பொறுப்பு இருக்கா பாரு விளையாடிக்கிட்டு இருக்கான்னு சொல்வாங்க. ஆனா, முறையா விளையாட்டுப் போட்டிக்குத் தயார் ஆகறவங்க தயார் ஆகிட்டுதான் இருக்காங்க. போட்டிகள்ல பங்கேற்க பொருளாதார வசதி, சரியான வாய்ப்பு, சத்தான உணவு இதெல்லாம் இன்றியமையாத தேவை. இதெல்லாம் ஒரு புறம் தடையா இருந்தாலும் அதைத் தாண்டி பொதுவெளில விளையாடாம இருக்கறதுக்கான காரணமா பதின்ம வயதுல இருக்கற பெண்கள் பாதுகாப்பு பற்றிய அச்சமும் காரணம். வீட்டுக்குள்ளேயே இருக்கணும். விளையாடும்போது உடை விலகி உடல்பாகங்கள் வெளில தெரிஞ்சிடும். போட்டிகளைப் பொறுத்தவரை அதுக்கான குறைந்த உடை போடணும். வீட்டை விட்டு வெளில போயி விளையாடினா பொது சமூகத்துல அவ நடத்தை சந்தேகிக்கப்படும். ஆண்கள் நிகழ்த்தும் வன்முறை பற்றிய அச்சம். இவை எல்லாம் அவளைக் கீழ்நோக்கியே தள்ளுது" என்று அடுக்கிக் கொண்டே வந்தார் அத்தை.

"என்னவோ போங்க அத்தை. இதையெல்லாம் ஒத்துக்கிட்டு சில பெண்களால வாழ முடியுது. ஆனா என்னாலதான் முடியமாட்டிங்குது. இந்த மாதிரி விளையாட்டில் சாதிக்கும் பெண்களைப் பற்றி படித்து நன்றாக தெரிந்துகொள்வேன். அவர்கள்

எப்படி இந்த தடைகளை கடந்தார்கள் என புரிந்துகொள்வேன். பிறகு, நான் எப்படியாவது போட்டிகள்ல பங்கேற்று பரிசு வாங்குவேன். நீங்க வேணா பார்த்துக்கிட்டே இருங்க" என்றாள் கம்பீரம் கலந்த குரலில்.

"உடல் உறுதி, மனம் நலமா இருக்க விளையாட்டு இன்றியமையாத தேவை. அதுபோல போட்டிகள்ல கலந்துகிட்டு, தன் திறமையை வெளிப்படுத்த வாய்ப்பும் பயிற்சியும் தேவை. ஆனா, பெண்கள் நீளமான முடி வைச்சிருக்கணும், ஆபரணம் போட்டு அலங்காரம் பண்ணிக்கணும், வீட்டைப் பராமரிக்கும் பணி செய்யணும் போன்றவற்றால் அவங்க சிந்தனையை மடைமாற்றம் பண்ணி, அவர்கள் நேரத்தை அதிலேயே கழிக்குமாறு பண்ணிட்டதாலாயே இது மாதிரி வெளியுலக சிந்தனையும், தன்னை வெளிப்படுத்தும் ஆர்வமும் இல்லாம அறியாமைல இருக்காங்க" என்றார் அத்தை.

"இதுக்கெல்லாம் என்னதான் தீர்வு அத்தை, நான் எப்படியாவது விளையாடணும், பதக்கம் வாங்கணும். அதுக்கு யோசனை சொல்லுங்களேன்."

"நம்ம கல்வி முறைல விளையாட்டையும் இணைச்சு மாற்றம் வரணும். பணக்கார வீட்டுப் பெண்கள் விளையாடணும்ன்னா அதுக்குன்னு இருக்கற கிளப்புகளில் சென்று விளையாடறாங்க. நம்மள மாதிரி மக்களுக்குச் சமூகத்துல மாற்றம் வரணும். நூறுநாள் வேலை நடைபெறும் இடங்களில்கூடச் சில பெண்கள் விளையாடுவேன்னு சொல்வதெல்லாம் ஒருபுறம் மகிழ்ச்சிதான். அதுவும் சில இடங்களில்தான் யாருக்கும் தெரியாமத்தான் விளையாடறாங்க."

"அரசாங்கம் விளையாட்டுக்கு கிராம அளவுல முக்கியத்துவம் குடுத்து, விளையாட்டு மைதானமெல்லாம் அமைக்குது. ஆனாலும் விளையாட்டுல ஆர்வம் இருந்து நல்லா விளையாடறவங்கள அரசாங்கமே பொறுப்பெடுத்து செலவு பண்ணிப் பயிற்சி கொடுத்து, போட்டிகள்ல பங்கேற்க வைக்கணும். சீனத் திருவிழாவுல விளையாட்டை சகஜமா அனைவராலும் விளையாடற மாதிரி இங்க சமூகப் பண்பாடா மாறணும். அனைவருக்கும் விளையாடப் பிடிச்சிருந்தா இயல்பா விளையாடற சூழல் இருக்கணும். நீ என்ன விளையாட்டு பிடிக்குதோ விளையாடு செல்லம். எப்படியாவது அரசாங்கத்துக்கிட்டயோ, உதவி செய்யவர்கள்கிட்டயோ கேட்டு பயிற்சி கொடுக்கறது, போட்டிகள்ல பங்கெடுக்கறதுன்னு

தொடங்கிடுவோம். ஆனா, யார் என்ன சொன்னாலும் உன் தொடர் விடாமுயற்சியை மட்டும் கைவிட்றாதடா செல்லம்.

வாழ்க்கைல மென்மேலும் உயர வாழ்த்துகள். நான் வந்து உங்க வீட்ல பேசி பக்குவமா புரியவைக்கறேன். நீ கவலைப்படாம வீட்டுக்குப் போ" என்றார் அத்தை.

அத்தை எப்படியோ தன் வாழ்வில் விளக்கை ஏற்றி பிரகாசமடையச் செய்வார் என்ற நம்பிக்கையில் தூங்கப் போனாள் வீரம்மாள்.

9 குழந்தையின் குரலுக்குக் காது கொடுங்கள்

குழந்தைகள் பாதுகாப்பு :
சமுதாயப் பொறுப்பும் பங்கும்

மகாவுக்கு வார இறுதி நாட்களில் நகரத்தில் உள்ள பெரிய நூலகத்திற்குச் செல்வது மிகவும் பிடித்தமானது. அவளுடைய வீடு கிராமத்தில் உள்ளதால் குறித்த நேரத்திற்குத்தான் பேருந்து வசதி இருந்தாலும் எப்படியோ வாரம் ஒரு முறை நூலகத்திற்குச் சென்று, புத்தகங்களை எடுத்து வந்துவிடுவாள்.

மகா நூலகத்திலிருந்து வந்தவுடன் என்ன புத்தகம் எடுத்து வந்திருக்கிறாள் என்று ஆவலோடு பார்ப்பார் பூங்கோதை. அவருக்கு விருப்பமான எழுத்தாளர்கள் என்றால் உடனே படித்தும் விடுவார். அன்றும் நூலகம் சென்றுவந்த கதையை ஆர்வமாகக் கேட்டார் பூங்கோதை.

ஏனோ மகா சற்று அமைதியாக இருந்தாள். "என்ன புத்தகம் எடுத்துக்கிட்டு வந்தே?" என்று பூங்கோதை மீண்டும் கேட்டதற்கு, புத்தகம் இருக்கும் திசையைக் கைக்காட்டிவிட்டுத் தீவிர சிந்தனையில் ஆழ்ந்தாள்.

அப்போது பூங்கோதையைப் பக்கத்து வீட்டு மல்லி கூப்பிட, அங்கே சென்றுவிட்டார்.

‘வெளியே போன அப்பா வரட்டும், இன்னைக்கு ஒரு முடிவு கட்டிற வேண்டியதான்’ எனத் தீர்க்கமாக எண்ணிக்கொண்டாள் மகா. நிச்சயம் அப்பா தட்டிக் கேட்பார் என நம்பினாள். ஆனால், நெருங்கிய உறவினராச்சே! அப்பாவின் தொழிலுக்கு உதவி செய்பவர். அவரைக் கேட்பாரா என ஒருபுறம் ஐயமும் இருக்காமல் இல்லை.

சற்று நேரத்தில் அப்பாவின் வண்டிச் சத்தம் கேட்டதும் அப்பாவின் பையை வாங்கி, அறையில் வைத்துத் திரும்பியபோது, அம்மாவும் வந்துவிட்டார்.

“அப்பா, மடிப்பாக்கத்திலிருந்து நடந்து வந்துக்கிட்டு இருந்தேன். அப்போ நம்ம ஊர் தலைவர் மாமா ஜீப்ல வந்தாரு. கூடக் கொஞ்சம் பேரு இருந்தாங்க. வண்டிய நிறுத்தி ஏறிக்க வீட்ல விடறேன்னு சொன்னாங்க. சரின்னு நானும் மாமாதான்னு வண்டில ஏறிட்டேன். நீங்கதான் தெரிஞ்சவங்ககூட வரச் சொல்லிருக்கிங்க இல்ல?”

“ஆமாடா செல்லம்.” என்று அப்பா அருகில் அமர வைத்தார்.

“வண்டில இருந்தவங்கெல்லாம் குடிச்சிருந்தாங்க. அவரு என்னப்பா அப்படிக் கேவலமா பேசறாரு. அவரு என்னைக் கல்யாணம் பண்ணிக்கிறன்னு சொல்றாரு. இப்ப மட்டும் எனக்கென்ன கொறைச்சல் பாரு, 60 வயசுலயும் ஜம்முன்னு ஸ்மார்ட்டா இருக்கேன்னு தோள் மேல கை போடறாருப்பா. நான் தட்டி விட்டுட்டேன். பெரிய மனுசன்னு எல்லாரும் மதிக்கறாங்களே! இவர் சொல்லச் சொல்ல, கூட இருக்கவங்க எல்லாம் ஆமாஞ்சாமி போடறாங்க. சூப்பர் தலைவரேன்னு வேற ஏத்திவிடறாங்க. எனக்கோ செம்ம கோவம். என்னென்னவோ பேசிக்கிட்டே போறாருப்பா. கேட்க முடியல. எப்படியோ வீடு வந்ததும் இறங்கிட்டேன்” என்றாள் கோபத்தோடு மகா.

“அவனுக்கு என்ன திமிர் இருக்கும். இது மாதிரி கிராமத்துல பேசறது வழக்கமா வைச்சிக்கறாங்க. அவரை இப்படிப் பேசாதீங்கன்னு சொல்லணும். அவங்க பொண்ணுகிட்ட பேசுனா நல்லா இருக்குமா? பேரன், பேத்தி எடுத்த வயசுல கிளுகிளுப்பான பேச்சு கேக்குதா?” என்று கொந்தளித்தார் பூங்கோதை.

அப்பாவும் ஆறுதல் சொல்வார் என எதிர்பார்த்த மகாவுக்கு பேரதிர்ச்சி.

"குடிச்சா அப்படித்தான் பேசுவாங்க. அவங்கதான் குடிச்சிருக்காங்கன்னு தெரியுதே! நீ ஏன் வண்டில ஏறுன? பஸ் வரும் வரையோ இல்ல நான் வரும் வரையோ பஸ் ஸ்டாப்லயே வெயிட் பண்ண வேண்டியதான? ஆண்கள் அப்படித்தான் குடிச்சிட்டு வருவாங்க. நாம போயி அவங்ககிட்ட சண்டை போட முடியாது. இனி அவங்ககூட வராதம்மா" என்றார் அப்பா.

"அவுங்களே வண்டிய நிறுத்தி 'வீட்ல விடறேன்னு' சொன்னாங்க. தெரிஞ்சவங்கன்னுதான்பா வண்டில ஏறினேன்.. அவுங்க குடிச்சிருக்காங்கன்னு வண்டில ஏறின பிறகுதான் தெரியும்பா. இப்படிப் பேசறது கொஞ்சம்கூடச் சரியில்ல. அவங்க தான் தப்பா பேசறாங்க, அதைத்தான சரி பண்ணணும்? அதைவிட்டுட்டு ரோட்ல போனா ஆக்ஸிடெண்ட் ஆகிடும், அதனால வண்டி ஓட்டாதன்னு சொல்ற மாதிரி இருக்கேப்பா" என்று சொல்லிட்டுக் கோபமாகச் சென்றாள் மகா.

சிறுவயதில் ஒருநாள், மதிய வேளையில் பள்ளித் தோழர்களோடு விளையாடிக் கொண்டிருக்கும் போது, வீட்டிற்கு வரும் வழியில் 40 வயது மதிக்கத்தக்க பக்கத்து வீட்டுக்காரர் ஒருவர் தோள் மேல் கை போட்டுக்கொண்டு, " நீதான் என் பொண்டாட்டி " எனச் சொல்லிக் கொண்டே போக, தோள் மீதிருந்த அவரின் கையை விருட்டென எடுத்துவிட்டுட்டு வேகமாக வீட்டிற்கு வந்தாள். உணவருந்திக் கொண்டிருந்த அப்பாவிடம் மூச்சிறைக்க நடந்ததைச் சொன்னாள் மகா.

அப்பாவுக்குக் கோபம் வந்துவிட்டது. தெருவிற்கு வந்தார். அப்பாவின் நண்பர் என்னவென்று விசாரிக்க, அப்பாவும் விஷயத்தைச் சொல்ல, அவருக்கும் கோபம் வந்துவிட்டது.

அந்த நபரைக் கண்டதும் அவர் சட்டையை அப்பா பிடித்து, "என்னடா சின்னக் கொழந்தைகிட்ட பேசற பேச்சா?" என்று கேட்க, கூட்டம் கூடியது.

"இனி இப்படிப் பேசமாட்டேன். மன்னிச்சிடுங்க" என்று அவர் கை கூப்பினார்.

"சரி, விட்ருங்க" என்று அப்பா சொல்ல, கூட்டம் கலைந்தது. அந்த நிகழ்விற்குப் பிறகு மகாவிடம் யாரும் அப்படி

நடந்துகொள்ளவில்லை. எதையும் அவள் அப்பாவிடம் சொல்லிவிடுவாள், அவள் அப்பாவும் தவறாமல் தட்டிக்கேட்பார் எனப் பலருக்கும் மகாவைக் கண்டு பயம் இருந்தது.

ஐந்தாம் வகுப்பு படிக்கும்போது நடந்த குற்றத்தை அப்பா தட்டிக்கேட்டார். பெரியவளானதும் நீ ஏன் போனே என்று கேட்கிறார். ஒன்றும் புரியவில்லையே என்று மகா குழம்பினாள்.

10 ஆசிரியரின் அரவணைப்பே குழந்தையின் பாதுகாப்பு

குழந்தையின் குரலுக்குக் காது கொடுங்கள் -2

மகாவுக்கோ நடைபெற்ற சம்பவத்தின் மீதான குழப்பம் தீர்ந்தபாடில்லை. புல்லட் ஓட்டும்போது அப்பாவின் நண்பர், நீச்சல் கற்றுத்தரும்போது பக்கத்து வீட்டு தாத்தா, பள்ளிப் பேருந்தில் பயணிக்கையில் தெரியாத கைகளின் தீண்டல் என பாதுகாப்பற்ற தொடுதல்கள், மனதை மீண்டு எழ முடியாதபடி அழுத்திக்கொண்டே இருந்தன. அவளோ சிறு பெண். பாரம் தாளாமல் கல்வியிலும் கவனம் செலுத்த முடியாமல் தடுமாறினாள். இது தனக்கு மட்டும்தான் நடக்குதென நினைத்தாள்.

தான் துடுக்கான பெண் என்பதாலோ என்னவோ, தனக்கு மட்டும் இவ்வாறு நடப்பதாக நினைத்து வருந்தினாள். ஒவ்வொரு அத்துமீறலின் போதும், தந்தை, "ஏன் அங்கு போனாய்? இனி அங்கு போகாதே!" என்றார். இந்தச் சொற்களைத் தவிர்க்காமல், மாற்றாமல் அதையே எப்போதும் பயன்படுத்தினார்.

ஒரு கட்டத்தில் அவரிடம் பகிர்வதே வீண் என்ற மனநிலையை எட்டியிருந்தாலும், இவளே குற்றவாளியாக ஆக்கப்பட்டது மிகுந்த மனவேதனையை அவளுக்கு உண்டு பண்ணியது.

இறுதிப் புகலிடமாக அம்மாவிடம், "ஏன் இப்படி?" எனக் கேட்டுவிட்டாள். அவரோ, "தோ பாரு, இனி இந்த மாதிரி பிரச்சனைகள் வராதவாறு நடந்துக்கோ!" என்றார். தன் பின்னால் காதல் என்று சுற்றிய பையன் விஷயத்தைச் சொன்னதற்கு, "சும்மா இது போல சொல்லிக்கிட்டே இருந்தா அப்பா உன் படிப்பைத்தான் நிறுத்திடுவாரு..." என்பதே அம்மா பூங்கோதையிடமிருந்து பதிலாகக் கிடைத்தது.

பெரும் மன அழுத்தத்தில் இருந்து மீளமுடியாமல், ஆற்றின் சுழலில் சிக்கியவள் போல, சிக்கித் தவித்துக் கொண்டிருந்த மகாவுக்குச் சில நாள்களாகவே தூக்கம் கனவாகிப்போயிருந்தது.

பிடித்த கணக்கு வகுப்பில் அல்ஜீப்ரா பற்றி வாத்தியார் பெலிக்ஸ் பாடமெடுத்துக்கொண்டிருந்தார். அனைவரும் அவரின் கற்பித்தல் ஜாலத்தில் மூழ்கி நீந்தி முத்து எடுத்துக் கொண்டிருந்த வேளையில், பக்கத்து வீட்டு மாமா, அப்பாவின் நண்பர், எதிர்வீட்டு தாத்தா என இவளை வகுப்பிலேயே ஒன்றவிடாமல் பாடாய்ப் படுத்தினார்கள். போதாகுறைக்கு காதல், காதல் என்று பின்னாடியே சுத்தும் பஷீர் வேறு! அவனிடம் எத்தனை முறைதான் மறுப்பது? இவையெல்லாம் அப்பாவுக்குத் தெரிந்தால், படிப்பையே நிறுத்திடுவார் என அம்மா ஒரே போடாக போட்டது மகாவை தீயாக அலைக்கழித்தது. அவளது எண்ணங்கள் அவளை பிசாசுகள் போல ஆட்டிப்படைத்தன. 'வாழ்க்கையில், பதின்ம வயதில், நண்பர்களெல்லாம் கேலி, கிண்டலுமாய் வாழ்வை மகிழ்கின்றனர்... நான் மட்டும் இப்படி தவியாகத் தவிக்கிறேனே' என மனம் நொந்து கொண்டாள்.

எதைத் தின்றால் பித்தம் தெளியும் என்ற மனநிலையில் அவள் இருந்தாள்.

மறுநாள் மாவட்ட குழந்தை நல அலுவலர்கள் வகுப்பில் குழந்தைகளோடு உரையாடும் நிகழ்வு நடைபெறவிருப்பதாக வகுப்பில் ஆசிரியர் சொன்னதுதான் தாமதம், அவளை இந்தப் பாதுகாப்பற்ற சூழலில் இருந்து மீட்கும் மீட்பர்களாகவே அவர்களை எண்ணியது மகாவின் மனது.

"ஒருவேளை ஏதோவொரு காரணத்தால் நிகழ்வு நடக்காமல் போய்விட்டால்? அவர்கள் வராமலே போய்விட்டால் என்ன செய்வது, அவர்கள் வந்தாலும் பேசும் சூழ்நிலை அமையுமோ அமையாதோ? பலபேர் சூழ்ந்திருக்க எப்படி என் சுமைகளை

இறக்க முடியும்? அப்படி ஆகிவிடுமோ ! இப்படி ஆகிவிடுமோ என என தூக்கம் கொள்ளாமல், மனம் எனும் வண்டியை எல்லாப் பக்கமும் செலுத்திப் பார்த்துவிட்டாள். வண்டி செலுத்தப்பட்ட பாதையெல்லாம் முட்டுச் சந்திலேயே இறுதியாகப் போய் நின்றது.

"நம்ம மாவட்டத்துக்குக் குழந்தைகளுக்கு ஏதேனும் பாதுகாப்பு பிரச்சனை வந்தாலோ, அவர்கள் எங்களைத் தொடர்பு கொண்டாலோ அல்லது எங்களுக்குத் தெரியவந்தாலோ, அதற்கான விசாரணை செய்து தக்க நடவடிக்கை எடுப்போம். பாலியல் அத்துமீறல்கள், பாலியல் வன்புணர்வு, குழந்தைத் தொழில் முறை, குழந்தைத் திருமணம், இப்படி எல்லாத்தையும் தடுத்து நிறுத்தற பொறுப்பு அரசின் சார்பா எங்களோடது. வட்டாரம், கிராம அளவுல எல்லாம் குழந்தை நல பாதுகாப்பு குழுமம் இயங்கிவருது. ஆனா இன்னும் முறையா செயல்படுத்தப்படணும்", என்று வந்தவர்கள் சொன்னார்கள்.

"மேடம், எப்படி நாங்க உங்களுக்குப் பிரச்சனைகளைச் சொல்றது. நீங்க எங்கோ இருக்குறீங்க? " என்ற கேள்வி உதயாவிடம் பிறப்பெடுத்தது.

"1098 என்ற இலவச எண்ணுக்கு போன் பண்ணி சொல்லலாம். அது இலவச எண். போன்ல காசே இல்லன்னாலும் சரி, போன் பேசலாம். கால் பண்ணினா பணம் போகாது. உங்க பிரச்சனையை 1098 என்ற எண்ணிற்குச் சொல்லலாம்", என அலுவலர்கள் சொல்ல, குழந்தைகள் மத்தியில் ஒரு நம்பிக்கை ஒளிக்கீற்று பிரகாசித்தது.

அலுவலர்களை அழைத்து வந்த ஆசிரியர் பாமா இறுதியாக, "உங்களுக்கு ஏதேனும் பிரச்சனை எனில் உங்களுக்கு நம்பிக்கையான நபரிடம் பேசுங்க. அவங்க உங்க தனிப்பட்ட விசயத்தை மற்றவரிடம் பகிராதவங்களாகவும் மதிப்பளிப்பவராகவும் இருக்கணும். அதற்கு ஆலோசனை வழங்கும் பக்குவம் கொண்டவங்களாக இருக்கணும். விருப்பம் இருந்தா என்கிட்ட கூட நீங்க பேசலாம்", எனச் சொல்ல, மகா உற்சாகமானாள். வானத்திலிருந்து தெய்வம் நேரில் வந்து வாக்கு வழங்கியதாகவே உணர்ந்தாள்.

வீடு திரும்பிய மகாவுக்கு, 'என்கிட்ட கூட நீங்க பேசலாம்', என்ற பாமா ஆசிரியரின் வார்த்தைகள் தவிர வேறெதும் மன ஓட்டத்தில் இல்லை. 'எத்தனை நாள் என் புதிர் கேள்விகள் மண்டையில் குடையோ குடைன்னு குடைஞ்சுக்கிட்டு கிடக்கு. நாளை ஆசிரியர்

பாமாவைச் சந்தித்து இதற்கெல்லாம் முடிவுகட்டாமல் இந்த மகா ஓயமாட்டாள்', என சங்கல்பம் வேறு எடுத்துக் கொண்டாள்.

“ வணக்கம் டீச்சர், என் பெயர் மகா, நான் உங்ககிட்ட தனியா பேசணும். நீங்க எப்போ பேச வாய்ப்பிருக்கோ அப்ப சொல்லுங்க”, என்றாள் மகா.

“ சரிம்மா, இப்போ வகுப்பிருக்கு. நானே உன்னைக் கூப்பிட்டு அனுப்பறேன்”, என்று வகுப்பிற்கு விரைந்தாள் பாமா.

மகாவுக்கு கொஞ்சம் தூக்கலாகவே மனதில் ஒரு நிம்மதி பெருக்கெடுத்தது. மாலை 3.30 மணிக்கு, “மகா.. உன்னை பாமா டீச்சர் கூப்பிட்டாங்க”, என்ற குரல் கேட்டதுதான்... “ எங்கே இருக்காங்க?” என்று பறந்தாள். “10 ஆம் வகுப்புல இருக்காங்க. வரச் சொன்னாங்க”, என்றதுதான் தாமதம், அங்கே ஓடிவிட்டாள்.

வகுப்பின் குழந்தைகள் உடற்பயிற்சி வகுப்பிற்குச் சென்றதால் வகுப்பறை காலியாக இருந்தது. யாருமற்ற தனிமையில், “சொல்லு மகா, என்ன என்கிட்ட பேசணும் நெனச்ச, எதாவது பிரச்சனையா?”, என்ற பாமா டீச்சர் பேச்சைக் கேட்டதும், பாலைவனத்தில் ஒரு சொட்டு மழைநீர் பட்டதுபோல் மனம் உணர்ந்தது.

தலைவர் மாமாவின் ஆபாச பேச்சு, பைக் ஓட்டும்போது அப்பாவின் நண்பர், நீச்சல் கற்றுக் கொள்ளும்போது எதிர்வீட்டு தாத்தா, பேருந்துகளில் முகம் தெரியாத கைகளின் அத்துமீறல்கள் என அணையைத் திறந்த வெள்ளத்தைவிட அதிக வேகமாக தன் மன அழுத்தத்தை இறக்கி வைத்திருந்தாள் மகா.

“இதெல்லாம் எங்க அப்பாகிட்ட சொன்னா, அவரு என்னையே ஏன் அங்கப் போறன்னு குத்தம் சொல்றாரு. ஆனா சின்ன வயசுல தட்டிக் கேட்டாரு. இப்ப கேட்க மாட்டிங்கிறாரு... அதான் மிஸ் எனக்குப் புரியல. இதையெல்லாம் தடுக்கவே முடியாதா? இல்ல நான் இப்படி வெளில போயி கத்துக்கணும்ன்னு நினைக்கறதுதான் தப்பா? எனக்கு ஒரு விசயமும் வெளங்க மாட்டிங்குது மிஸ்”

“ மகா ஒண்ணு புரிஞ்சுக்கோ! பலபேர் எங்கயும் சொல்ல முடியாம தடுமாறி மன அழுத்தத்துக்கு ஆளாகுறாங்க. இதை என்கிட்ட நீ சொன்னது மிக்க மகிழ்ச்சி. இது போன்ற அத்துமீறல்கள் பெரும்பாலான பெண்களுக்கு நடக்கறதுதான். உனக்கு மட்டும் நடக்கல. ஏன் இப்படி நடக்குது? நாம எப்படி

புரிஞ்சுக்கிட்டு எதிர்வினை ஆற்றுவது? இதை எப்படி தடுக்கலாம்? தடுக்கும் பொறுப்பு யார்யாருக்கெல்லாம் உண்டுன்னு அலசி புரிஞ்சுக்கணும் மகா…”

“பொதுவாக மதம், சாதி, ஆண் ஆதிக்க சமூகம்னு நம்ம உடல் மீது கருத்துகளை கட்டமைச்சு வைச்சிருக்காங்க. ஒரு பெண்ணோட உடம்பு அவளைக் கட்டிக்கப்போற ஆணுக்குத்தான் உரிமை. அதைப் பத்திரமா யாரும் தீண்டாம ஒப்படைக்கணும் அப்படிங்கிறதாலதான், சின்ன வயசுல கேட்ட அப்பாவால, இப்போ வயதுக்கு வந்த பிறகு கேட்க முடியல. இந்த அத்துமீறல் வெளில தெரிஞ்சா பெண்ணைத்தான் குற்றவாளியாக்குவாங்க. காலம் காலமா பழமொழி, கதைகள், மத சட்டம்னு பல விஷயங்கள் பொத்தி பொத்தி பாதுகாக்கறம்னு பெண்ணை கொத்தி கொத்திக் கூறு போட்டுக்கிட்டிருக்கு. புனிதம், தீட்டு இதெல்லாம்கூட ஒரு வகைல இதுக்கு உதவுது. பெருசானா நிறைய வாசிக்க வாசிக்க தேடல் மூலம் நிறைய புரிஞ்சுக்குவ. பொதுவா சமூகத்துல பாலியல் சம்பந்தப்பட்ட விஷயங்களைப் பத்தி பேச தடை இருக்கு. அதனால மறைமுகமா இந்த மாதிரி செயல் மூலம் பாலியல் வறட்சியை, கேள்வி கேட்க முடியாத வலிமை குறைந்த உன்னைப் போன்ற குழந்தைகள்கிட்ட நிறைவேத்திக்கிறாங்க மகா”

“அப்போ நாம என்னதான் பண்றது மிஸ்? “

“நம்முடைய உடல் நமக்குத்தான் சொந்தம். அதை நம் அனுமதியில்லாம யாரும் தொடக்கூடாது. குறிப்பா அந்தரங்க பகுதிகளைச் சொல்லலாம் மகா...”

“அப்போ யாரையும் தொடவே கூடாதுன்னு சொல்றிங்களா மிஸ்?”

“உனக்கு நெருக்கமானவங்க உன்னைத் தொடலாம். அதும் நீ பாதுகாப்பா உணர்ற வரைக்கும்தான். நீ பாதுகாப்பற்று உணர்ந்தா, தொடவேண்டாம்ன்னு சொல்லிடலாம் மகா. அந்தரங்கப் பகுதியைப் பொறுத்தவரைக்கும் மருத்துவர் உனக்கு எதாவது பரிசோதனை செய்யும்போது அதும் உங்க பெற்றோர் முன்னிலைல தொடலாம். மற்றபடி நண்பர்கள் கைகுலுக்கறதெல்லாம் நார்மலான விசயம்தான். ஆனா அதை எதிர்பாலின நண்பர்கள் எப்படி புரிஞ்சுக்கறாங்கன்னு பார்த்துக்கோ! ஏன்னா நம்ம சமூகம் அப்படி இருக்கு மகா”

“ எதைச் செஞ்சாலும் நீ ஏன் அங்க போனன்னு கேட்கறாங்களே தவிர, அவங்கள ஒன்னும் சொல்லமாட்டிங்கிறாங்களே மிஸ்? “

“காலங்காலமா பழமொழிகள், கலை, இலக்கியங்கள்ல கூட பாரு, ‘ஊசி இடங்கொடுக்காம நூலு நுழையமுடியுமா?’, ‘ முள்ளு மேல சேலை விழுந்தா சேலைக்குத்தான் ஆபத்து. முள்ளுக்கு ஒண்ணும் ஆகாது!’, ‘ இவ செய்யாமலா அவன் பண்ணிருப்பான்’, ‘அவன் ஆம்பள ஆயிரம் செய்வான் இவளுக்கு எங்க போச்சு புத்தி’, என குப்பைகளைக் கொட்டோகொட்டுன்னு எல்லோர் மண்டைக்குள்ளயும் கொட்டி வைச்சிருக்காங்க. இன்னொன்னு நம் சமூகத்துல தப்பு செஞ்சாலும், அது வெளில தெரிஞ்சாத்தான் பிரச்சனை. தெரியாம எத்தனை தப்புவேணும்னாலும் பண்ணிக்கலாம். நல்லவன் வேசம் போட்டுட்டு பெரிய மனுசனா வாழ்ந்திட முடியும் மகா”

“அப்போ இது மாதிரி நடந்தா என்னதான் பண்றது மிஸ்?”

“பல அத்துமீறல்கள் நெருங்கின உறவினர்களாலதான் நடக்குதுன்னு ஆய்வுகள், தரவுகள் சொல்லுது. யாரையும் முழுசா நம்பாத! யாருமில்லாத இடங்கள்ல அவங்களுக்கு வாய்ப்பு அதிகம். அதுவுமில்லாம உன்னோட பயம் அவங்களோட முதலீடே!”

“இது போல நடந்தா தைரியமா சத்தம் போடு, அவங்க பிடியிலிருந்து நழுவியோ விலகியோ அந்த இடத்தைவிட்டு ஓடீரு. இன்னொன்னு இதுல உன் தப்பு எதுவுமில்ல; அவங்கதான் அத்துமீறி தொட்டாங்கன்னு நமக்குக் குற்ற உணர்வு இல்லாம அதை நம்பிக்கையானவங்ககிட்ட சொல்லணும் மகா”

“பேருந்துல தட்றவன என்ன செய்யறது மிஸ்?”

“முதல் தடவை தட்டிவிட்டுப்பாரு. திரும்பத் திரும்ப செஞ்சா சேப்டி பின் வைத்தியம் குடுத்துரு...எப்படின்னாலும் நம்ம கிட்ட சேப்டி பின் இருக்கும். அதுல ஒரு குத்து குத்திவிடு. இது தனியா போகும்போதுதான். அப்பா அம்மா உறவினர்கள் மாதிரி நம்பிக்கையானவங்ககூட போகும்போது சத்தம் போட்டு அவங்ககிட்ட சொல்லிடு. அவங்க அப்படி செய்யல பொய் சொல்லுதுன்னு சொன்னாக்கூட விடாம, நீ உறுதியா நின்னு சொல்லு மகா”

“காதல் கீதல்ன்னு ஒரு பக்கம் சுத்தறவங்களாலும் ஒரு பக்கம் டார்ச்சர் தாங்க முடியல மிஸ். அப்போ இது மாதிரி அத்து

மீறல்களைத் தடுக்க முடியாதா? ஆம்பளப் பசங்க காளைக்குட்டி மாதிரி ஊர் மேய்வாங்களா? இதெல்லாம் தடுக்கறது யாரோட பொறுப்பு? பெத்தவங்களே அப்படி சொன்னா நாங்க எங்கதான் போறது? இது போன்ற அத்துமீறல்கள் ஆண்குழந்தைகளுக்கு நடக்குமா? " என கேள்விகளை அடுக்கிக்கொண்டே போனாள் மகா.

பாமா டீச்சர் என்ன சொன்னார்?

11. பொறுப்போடு இணைந்து தீர்வு காண்போம், வாங்க!

குழந்தையின் குரலுக்குக் காது கொடுங்கள் -3

"பொதுவா சமூகத்துல சாதாரணமா ஒரு குற்றம் நடக்கும்போது, குற்றத்தால் பாதிக்கப்பட்டவருடன் சமூகம், அரசாங்கம், நீதித்துறை என ஒருங்கிணைந்து அதற்கான நீதியைப் பெற்றுத் தருது; தண்டனை வாங்கித்தருதுன்னு கூட வைச்சுக்கயேன். குற்றம் நடக்காம தடுக்க, நடவடிக்கையும் எடுக்கறாங்க. பாலியல் வன்முறையைப் பொறுத்தவரை காக்க வேண்டிய சமூகம், குடும்பமெல்லாம் குற்றத்துக்கு உள்ளானவரையே குற்றவாளி ஆக்கிடறது மிகப்பெரிய வேதனைக்குரிய விடயமா இருக்குது மகா. என்ன செய்யறது?"

"சமீபத்தில் பாலியல் குற்றம் பற்றிய தகவல்கள் வெளிவருவது அதிகரிக்கத் தொடங்கியதாலயும், சமூக ஆர்வலர்கள், பெண்ணியலாளர்கள் வேண்டுகோளுக்கிணங்கவும் அரசாங்கம் 'போக்சோ'ன்னு(pocso act) பாலியல் குற்றத்துக்குனே தனிச் சட்டத்தைக் கொண்டு வந்திருக்கு. போக்சோ சட்டம் பற்றி ஆசிரியர்கள், காவல் துறைன்னு குழந்தைகளை அணுகுறவங்களுக்கு அரசாங்கம் பயிற்சி தருது. அது எல்லாரையும் சென்று சேராதது வருத்தம்தான்."

“கேரளா அரசாங்கம்கூட போக்சோ சட்டதைச் சின்ன சின்ன பாக்கெட் புத்தகங்கள் போல போட்டு, பெட்டிகடைகள் வரை கிடைக்க வழிவகை பண்ணுச்சுன்னு கேள்விப்பட்டேன். அதுபோல சட்டத்தின் சரத்துகள் மற்றும் நடைமுறைகள் பல்வேறு வழிகளில் விளிம்புநிலை மக்கள் வரை சென்று சேர்வதை அரசாங்கம் உறுதிப்படுத்தணும். அது காலத்தின் இன்றியமையாத தேவையாவும் இருக்கு மகா.”

“ஆம் மிஸ். போக்சோவில் கைதுன்னு டிவியில் பார்த்திருக்கேன். போக்சோ பற்றி தெரிஞ்சுக்கணும். பள்ளி மாணவி தற்கொலைன்னு செய்தி பார்க்கறேன். ஏன்தான் பெண்கள் அப்படி முடிவெடுக்கறாங்களோன்னு தெரியல போங்க மிஸ். அவங்கள பெத்தவங்க எவ்ளோ கவலைப்படுவாங்கன்னு கொஞ்சங்கூட நினைச்சுப்பார்க்க மாட்டிங்கிறாங்களே இந்தப் பொண்ணுங்க”, என்று தன் மனதில் உள்ள கவலையை மகா பகிர்ந்தாள்.

“போக்சோவுல கைதுன்னு சொன்னவுடனே தண்டனை கிடைக்காது. அது சட்ட நடவடிக்கைகளின் தொடக்கம்தான் மகா. போக்சோ பத்தி தனியா சிறப்பு கருத்தாளர்கள் எடுக்கும் சிறப்பு வகுப்பு ஒண்ணை பள்ளில ஏற்பாடு பண்ணப் போறோம். அப்போ போக்சோ பத்தி அனைத்து குழந்தைகளும் தெரிஞ்சுக்கலாம். ஒருத்தர் வேறெந்த வழியும் இல்லாமல் வாழ்வில் நிர்கதியாய் நிற்கும்போதே தற்கொலைக்குத் தூண்டப்படறாங்க.”

“தற்கொலைக்கு மன அழுத்தம் மிகப்பெரிய காரணம். தற்கொலை, கொடூரமா தாக்குண்டு கொலை, பாலியல் வன்கொடுமைக்கு உள்ளாக்கப்பட்டு உடல் எரிக்கப்படுதல் போன்றவை நிகழும்போது மட்டும், ஒட்டுமொத்த சமூகமும் வெகுண்டெழுந்து அவனை ரோட்ல நிக்க வைச்சு சுடணும், தூக்குல போடணும், ஆணுறுப்பைத் துண்டிக்கணும்ன்னு விதவிதமா சொல்லுவாங்க. உணர்ச்சி கொப்பளித்து காட்டாறென பெருக்கெடுத்து ஓடும். காலப்போக்குல மறைஞ்சும் போய்டும்...”

“இது மாதிரி உணர்ச்சி பொங்கல், சுய கழிவிரக்கத்துக்கு வேணா உதவலாமே ஒழிய பிரச்னையைத் தீர்க்காது. தொடுதல், தடவுதல் போன்ற அத்துமீறல் நடக்கும்போதே பாதிக்கப்பட்டவருடன் நின்று பிரச்சனையைத் தீர்க்க இனியாவது இந்த சமூகமும் குடும்பமும் முன்வர வேண்டும். காலம் மாறும்ன்னு நம்புவோம் மகா. உன்னை மாதிரி பெண்கள் யோசிக்கத் தொடங்கிட்டீங்கல்ல? மாற்றம் வருவது நிச்சயம்.”

“அப்போ கொன்னவனுங்கள அப்படியே விட்டுடலாம்ன்னு சொல்றிங்களா? என்ன சொல்றிங்க இதெல்லாம் மன்னிக்கிற குத்தமா மிஸ்?” என மகாவிடம் கேள்வி ஊற்றுப்போல பிறப்பெடுத்துக் கொண்டே இருந்தது.

“குற்றம் புரிந்தவரைச் சட்டத்தின் முன் நிறுத்தி சட்டத்தின்படி தீர்வு காணனும். அதைவிட்டு உணர்ச்சி பெருக்குல ஒரு நாளைக்குப் பேசறதும், நீ அங்க போனதாலதான? இப்படி ட்ரெஸ் போட்டிருந்ததாலதான்னு இன்னும் பாதிக்கப்பட்டவரையே குற்றம் சாட்டிக்கிட்டு இருக்காம, தீர்வு காண முற்படணும். ஒரு வயதுக்குள்ளான குழந்தைகள் முதல் பாட்டிகள் வரை பாலியல் துன்புறத்தல் எல்லாருக்கும் நடக்குது. கைக்குழந்தைகள் என்ன ட்ரஸ் போட்டிருக்கும் மகா, சொல்லு? அதுவுமில்லாம அடுத்தவர் உடலை அனுமதியின்றி தொடுவது குற்றம் என முதலில் ஆண் குழந்தைகளுக்குச் சிறுவயது முதலே சொல்லி வளர்க்கணும். பெண் குழந்தைகளுக்குத் தைரியம் குடுத்து குற்றம் நிகழும்போது துணை நிற்கணும் மகா.”

“தொடக்கத்திலேயே குழந்தைகளின் பிரச்சனைகளுக்குக் காது கொடுத்து கேட்டு, துணை நிற்கணும்ன்னு சொல்றிங்க மிஸ். இது என்னை மாதிரி குழந்தைகள், பெத்தவங்கன்னு எல்லாருக்கும் போய் சேர்ற மாதிரி சொல்லணும் மிஸ்.” பற்றியிருந்த இருள் மெல்ல மெல்ல ஒளியால் நிரம்பி வருவதை உணர, அறிவார்ந்த கேள்விகளும் முளைத்து நிறைத்துக் கொண்டிருந்தது மகாவிடம்.

“இதையெல்லாம் தொலைக்காட்சி நாடகம், சினிமா, விளம்பரம்னு ஒரு இயக்கமா மக்களைச் சென்றடையும் ஊடகம் மூலம் கருத்துப் பரப்பல் செய்யணும். ஒட்டுமொத்த சமூகமும் அரசாங்கமும் ஒன்றிணைந்து செயல்படணும். பாலியல் துன்புறுத்தலில் பாதிக்கப்பட்டதை வெளியில் சொன்னா யாரும் கல்யாணம் பண்ணிக்கமாட்டாங்க என்பதும் பெற்றோரை அச்சுறுத்துது. இதுபோன்று பாலியல் பிரச்சனைகளைச் சந்தித்த பெண்களைத் திருமணம் செய்து கொள்ள ஆண்கள் முன்வரணும்.”

“இதை முழுமையாத் தடுக்கறது யாருடைய பொறுப்புன்னு சொல்றிங்க மிஸ்?”

“இதனை குடும்பம், சமூகம், அரசாங்கம் என ஒன்றிணைந்து பொறுப்போட செயல்பட்டுத் தடுக்கணும். ஒன்றியம், மாநிலம், மாவட்டம், வட்டாரம் என அரசாங்கம் குழந்தைகளுக்கான

பாதுகாப்பு அலுவலர்களை குழுவாக நியமித்து, அரசாங்கத்திலிருந்து ஊதியம் அளித்து, குழந்தைகள் பாதுகாப்பை உறுதி செய்ய நடவடிக்கை எடுத்துவருகிறது. இந்த அமைப்புகள் இன்னும் சீரிய முறையில் செயல்பட அரசாங்கம் தேவையான நடவடிக்கைகளை எடுக்க வேண்டும்."

"சமூகத்தின் முதுகெலும்பான ஊராட்சிகளில் பெயரளவில் இருக்கும் VCPC Village Child Protection Committee - கிராம குழந்தை பாதுகாப்பு குழுவை வலுவாகக் கட்டமைச்சு குழந்தை பாதுகாப்பை உறுதிப்படுத்தும் வகையில் செயல்பட அரசாங்கம் அறிவுறுத்தல் வழங்குவதுடன், கண்காணிக்கவும் செய்ய வேண்டும். பள்ளியிலும் குழுக்கள் இருக்கு. அவை முறையா செயல்படணும்."

" VCPC யில் யார் யாரெல்லாம் இருக்கா? ஏன் அதை முக்கியமா யோசிக்கறிங்க மிஸ்?"

"பாலியல் குற்றத்துல ஈடுபடறவங்க பெரும்பாலும் குழந்தைகளுக்கு நெருங்கியவர்களாக இருப்பதால, ஊராட்சில இருக்கும் குழுவை வலுப்படுப்படுத்தறது நிலையான தீர்வை நோக்கி நகர்த்தும். ஊராட்சி மன்றத் தலைவரைத் தலைவராகக் கொண்டு மகளிர் குழு, வார்டு மெம்பர், கல்வியாளர், தன்னார்வலர், மகளிர் சுய உதவிக் குழு உறுப்பினர்கள், ஆசிரியர், பெற்றோர், பொதுமக்கள் என உண்மையாய் செயல்படும் குழுவாய் இருந்தாலே கிராமத்துல நடக்கும் பாலியல் குற்றங்களை தடுக்கலாம். அனைவரும் கைகோத்து ஒருமித்த மனதோடு குழந்தைகள் பாதுகாப்பை உறுதி செய்யலாம்."

"நம் பள்ளிலயும் 'மாணவர் குடிமக்கள் மன்றம்' அமைத்து ஒவ்வொரு மாதமும் ஆசிரிய மாணவ உறுப்பினர்கள் கூடி, மாதமொரு தலைப்பில் உரையாடுவதுடன், அவ்வப்போது பிரச்சனைகள் சார்ந்தும் உரையாடணும். இதற்காகவே நம் பள்ளியில கருத்து சுதந்திரப் பெட்டியும் வச்சிருக்கோம்னு உனக்கே தெரியும். இப்போ நம் கல்வித்துறையே எல்லா பள்ளிகளிலும் வைக்கச் சொல்லி குழந்தைகள் பாதுகாப்பை உறுதி செய்ய நடவடிக்கை எடுத்திருப்பது பெருவாரியான மக்களால் பாராட்டப்படுகிறது."

"நானும் VCPC , மாணவர் குடிமக்கள் மன்றம், கருத்து சுதந்திரப் பெட்டியைப் பற்றி ஊர்லயும் என் நண்பர்கள் கிட்டயும் சொல்வேன். எனக்கு பிரச்சனை வந்தா மட்டுமில்லாம, நம்

பள்ளில யாருக்கு பிரச்சனை வந்தாலும் உடன் நின்று தீர்வு காண முயல்வேன் மிஸ். மிக்க மகிழ்ச்சி மிஸ். இப்ப எனக்கு தெளிவாகிடுச்சு எல்லாமே! ", என்று பெருவெளிச்சத்துடன் ஒளியாய் நகர்ந்தாள் மகா.

12. உடை அனைவருக்கும் பொதுவாகட்டும்!

ஆஷா ஆசிரியரின் வகுப்பு எப்பொழுதும் மகிழ்வாகவும் துடிப்பாகவும் இருக்கும். எட்டாம் வகுப்பில் மாணவர்கள் எப்போதும் ஒற்றுமையாக இருப்பார்கள். ஒருவர் கவலையாக இருந்தால் அவர்களாகவோ அல்லது ஆசிரியரின் உதவியுடனோ கவலையாக இருக்கும் மாணவரைச் சமாதானப்படுத்துவர்.

அன்று வகுப்புகள் மாறிக்கொண்டிருந்தாலும் மணிகண்டனின் மனம் மலராமலேயே இருந்தது, வகுப்பு தோழர்களுக்கு மலர மறுத்த தாமரைக் குளம் போலத் தோன்றியது.

இதைக் கவனித்த பூஜா, மெல்ல வகுப்பாசிரியர் ஆஷாவின் காதைக் கடித்தாள்.

ஆசிரியர், "காலையிலிருந்து கவனித்தே வருகிறேன். என்னதான் ஆச்சு பூஜா அவனுக்கு?" என்று கேட்டார்.

"அதென்னவோ எதுவும் சொல்ல மாட்டிங்கிறான் மணிகண்டன். ஆனா, நேத்து அவங்க அப்பாகிட்ட சில பேர் சண்டை போட்டாங்களாம்" என்று பூஜா கதவின் பெரிய பூட்டைத் திறக்க, சிறு

தொறப்புக்குச்சியைக் கண்டுபிடிப்பதற்கான வழியும் கூறினாற்போல இருந்தது.

“சரி, நாம் பேசுவோம்” என ஆஷா கூற, பூஜாவுக்கு நிம்மதியாக இருந்தது.

வகுப்பு தொடங்கியதிலிருந்து ஆஷா, காலநிலை – வானிலைக்கான காணொலியைக் காட்டி விளக்கிக் கொண்டிருந்தார். அப்போதும் மணிகண்டன் மனம் மலர மறுத்தது.

“மணி, என்னப்பா விஷயம்? உன் துடிப்பு இல்லாம வகுப்பே உயிரில்லாம கிடக்கு. உன் நண்பர்களும் உன்னையே நினைச்சுக்கிட்டு இருக்காங்க” என்று கேட்டார் ஆஷா.

“அதொண்ணுமில்ல மிஸ். அது வந்து...” என இழுத்தான் மணி.

“நேத்து உங்க வீட்ல சண்டையாமே! அதனால அப்படி இருக்கயோ? என்னன்னாலும் சொல்லு. இல்ல தனியா சொல்லணும்னாலும் சொல்லுப்பா “ என்றார் ஆஷா.

“நேத்து எங்கப்பாவுக்கும் உறவினர்களுக்கும் சண்டை. அப்பா எப்பவும் நிதானமாக இருப்பார். சண்டைக்கு வந்தவர் ரொம்ப ஆக்ரோஷமா பேசினார். அதுல ஒரு உறவினர் ரொம்பக் கோபப்பட்டு எங்கப்பா கொஞ்சம் பொறுமையா இருக்காரேன்னு அப்படி கேட்டுட்டார். அவர்தான் அறியாமைல கேட்கறார்னா நாமளும் ஏட்டிக்குப் போட்டியாகப் பேசக்கூடாதுனு அப்பாவும், ’அப்படியெல்லாம் பேசாத மாமா’, என்று ஒத்த வார்த்தையோடு முடிச்சுக்கிட்டார்” அதைக் கேட்டதுல இருந்து, அம்மா எனக்கெல்லாம் பயங்கர மனவருத்தமாச்சு என்று மனம் திறக்கத் தொடங்கினான் மணி.

“அப்படி என்னதான் சொன்னார் அவர்? விருப்பம் இருந்தா சொல்லு இல்லன்னா பரவால்ல”.

“அத எப்படிச் சொல்லுவேன். சண்டைக்கு வந்தவர் அடிதடின்னு கூப்பிட்டா அடிதடின்னு போகணுமாம். அப்படி அப்பா போகாம சமாதானமா பேசிக்கலாம்னா, அவரைப் போடா பொட்டை, போயி உன் பொண்டாட்டியோட புடவைய எடுத்துக் கட்டிக்கோன்னு சொல்றார் மிஸ். புடவைங்கிறது கேவலமான உடையா அதுவும் எங்கம்மா கட்டறது. ஏன் அப்படி அவர் சொன்னார்னு ஒரு பக்கம் புரியல. ஒரு பக்கம் இப்படிப் பொதுவுல பேசிட்டாரேன்னு வருத்தமா இருக்கு மிஸ் “ என்றான் மணி.

“ஓ, இதுதான் பிரச்னையா? உடை என்பதில் ஏன் இப்படி உயர்வு, தாழ்வு வந்துச்சுன்னு பேசுவோம். ஆதிமனிதர்கள் உடை போட்டிருந்தாங்களா? இன்னும் சில பழங்குடி மக்கள் முதன்மை வாழ்க்கை முறையில் உடை இல்லாம இருக்காங்க. ஆதிமனிதர்கள் தொடக்கத்தில் உடை போடாமத்தான் இருந்தாங்க. நாமதான் குரங்குல இருந்து பல கோடி வருசமா பரிணாமம் அடைஞ்சு மனிதனா வளர்ந்திருக்கோம்னு அறிவியல் அறிஞர் டார்வின் சொன்னார்ல்லயா...” எனத் தொக்கி நின்ற வாக்கியத்தோடு நிறுத்தினார் ஆஷா.

“ஆமாம் மிஸ். டார்வின் பரிணாம வளர்ச்சிக் கண்டுபிடிப்புக்குப் பிறகே மனிதக் குலத்தின் மூலம் மனித குலத்திற்கே தெரிய ஆரம்பித்தது” என்றாள் சவிதா.

“நல்ல கேள்வி. பொதுவாக எப்ப உடை அணியத் தொடங்கினாங்கன்னு தொல்லியல் ஆய்வுல பெருசா கிடைக்கல. ஆனா, சமீபத்துல நடந்த மரபியல் ஆய்வுல மார்க் ஸ்டோன்கிங் என்ற மரபியல் அறிஞர் பூமியின் உறைபனிக் காலத்தில் (*Ice Age*) பனியிலிருந்து காப்பாற்றிக்கொள்ள ஆடைகளைப் பயன்படுத்தினதா சொல்றாங்க. இன்னும் ஆய்வு செய்ய, காலம் மாற வேறுவிதமாவும் முடிவுகள் வரலாம். ஆனா, மனிதர்கள் குளிரில் இருந்து தங்களைப் பாதுகாக்க முதலில் ஆடையைப் பயன்படுத்தியிருக்காங்க” என்று அறிவியலைத் துணைக்கழைத்து நிறுவ முற்பட்டார் ஆஷா.

“ஆனா, மானம் காக்கவே உடை போடறோம்னு சொல்றாங்களே மிஸ்?” எனப் புதியதாகக் களத்தில் குதித்தாள் தனலட்சுமி.

“பனிக்காலத்தில் தற்காப்புப்புக்குப் பிறகு, ஆண், பெண் குறிகளைப் பிறரிடம் இருந்து மறைத்துக்கொள்ளவும் பயன்படுத்தினதா சொல்றாங்க. அப்போவெல்லாம் இது ஆண் ஆடை, பெண் ஆடைன்னு பிரிவுகள் இருந்திருக்கும்னா நினைக்கறீங்க” என்று கேள்வியோடு முடித்தார் ஆஷா.

“இருந்திருக்காதுன்னு நினைக்கிறேன். ஆனாலும், எப்படின்னு நீங்களே சொல்லிருங்க” என்றான் சிவா.

“முதன்முதலில் மனிதர் இலை, தழை, மரப்பட்டை, விலங்குகளின் தோல் ஆகியவற்றை அணியத் தொடங்கினாங்க. உறைபனிக்காலத்துல (*Ice Age*) நம் முன்னோர்கள் தாவரங்கள்

கிடைக்காததால் தற்காத்துக்க விலங்குகளை உண்டு பிழைக்கத் தகவமைச்சுக்கிட்டாங்கன்னு படிச்சதா நினைவு. குளிரில் இருந்து மனிதனை பாதுகாக்க விலங்குத் தோல் மிகவும் உதவியிருக்கும். அப்போ கிடைத்த விலங்குத் தோலைப் போர்த்தி குளிரிலிருந்து தப்பித்திருப்பர். பின்னாளில் மெல்லிய ஊசி போன்ற கண் வைத்த எலும்புகள் கிடைத்ததை அடுத்து ஆடைகள் தைத்து பயன்படுத்தியிருக்காங்கன்னு தொல்லியல் கண்டுபிடிப்புகள் சொல்லுது" என்றார் ஆஷா.

மேலும் "சீலை என்கிற வார்த்தை சீரை என்ற வார்த்தையின் மருவிய வடிவம். காய்ந்த இலை, தழைகளான ஆடையே தமிழில் சீரை என அழைக்கப்பட்டது. தென்னஞ்சீரை என்பது நீங்கள் கேள்விப்பட்ட வார்த்தைதானே. காலம் செல்லச் செல்ல ரை விகுதி லை விகுதியாக மருவி விட்டது என்று தமிழ் சொல்லாராய்ச்சியில் சொல்லப்படுகிறது. அப்படின்னா ஆண் பெண் பாகுபாடில்லாமால் எல்லாருடைய ஆடையும் ஆதிகாலத்தில் சீலை என்றே சொல்லப்பட்டிருக்கும்." என்றார்.

"அப்போ ஆதிகாலத்துல ஆண், பெண் பாகுபாடு இல்லாமதான் உடைகள் இருந்திருக்கு மிஸ். எப்போ பெண் பயன்படுத்தும் உடைகள் கீழானதா மாறுச்சு?" என்றான் பிரவின்.

"தேரைச் சரியான திசைக்குத் திருப்பிவிட்டிருக்கான் பிரவின். ஆதியில பெண், சமூகத்துல தலைமைப் பொறுப்புல இருந்திருக்கா. சொத்துகள் பொதுவுடமையா இருந்தது. ஆண் ஆதிக்கம் செலுத்தத் தொடங்கியதில் இருந்து பெண்ணும் சரி, அவளின் ஆடை மற்றும் இன்ன பிற எல்லாம் சமூகத்தில் வீரமில்லாததாகவும் கீழானதாகவும் பார்க்கப்படுது. இதுல இன்னொன்னும் மறைஞ்சு இருக்கு. ஆடை, சொத்து எல்லாம் பொதுவுல இருந்தப்போ பாகுபாடு இல்லை. பல்வேறு காரணங்களுக்காக , காலங்கள் மாற ஆண் கை மேலோங்க, ஆதிக்கம் பெற ஆண் வலிமையுடையவனாகவும், பெண்ணை வீட்டிற்குள்ளே முடக்கியதன் விளைவாய் வலிமை இல்லாதவளாக மாற்றப்பட்டு வலிமை இல்லாதவளாகச் சித்தரிக்கப்படுகிறாள். ஆண் என்றால் வீரமா இருக்கணும், அது இல்லாத ஆணை, பெண் அதாவது பொட்டை என கேலி செய்து சமூகம் மட்டம்தட்ட முனையுது" என்றார் ஆஷா.

"அது சரிங்க மிஸ். பெண் ஆடைகள் ஏன் கீழானதாகப் பார்க்கப்படுது? பொண்ணுனா இந்த ஆடைதான் போடணும்னு

சமூகத்துல எழுதப்படாத விதியா இருக்கே, அது சரிங்கிறீங்க?" என்றான் இஸ்மாயில்.

"ஆண்கள் ஆதிக்கம் செலுத்த பெண் கீழானவளாக மாற்றப்படும் போது, அவளது உடை, செயல்களெல்லாம் தாழ்த்தப்படுது. அந்த வகையில் பெண் அணியக்கூடிய உடைகள் அப்படிச் சொல்லப்படுது.

பொதுவாக ஆடைகள் அணிவது அவரவர் தனிப்பட்ட விருப்பம். ஆனால், பெண்ணிடம் ஏன் இதைப் போடல, இதப் போட்ட... அப்படி உடை உடுத்த வேண்டியதானனு கேள்விகள் வருது. சமூகத்துல முக்கிய பொறுப்புகள்ல இருக்கவர்லயிருந்து எளிய குடிமக்கள் வரை பெண்ணை நோக்கிக், யார் எவரென்று அறியாமல் கை நீளவே செய்கின்றதை நடைமுறையில் பார்த்திருக்கோம். எங்க பாப்பா சபானாவுக்கு அனைத்து விதமான உடையும் உடுத்திக்கிட்டு இருந்தோம். இப்போ கொஞ்சம் வளர்ந்ததும் பெண் மட்டும் உடுத்தணும்ன்னு சொல்ற உடைகள்தான் போடுவேன்னு சொல்றா... ஏன்னு கேட்டா எல்லாரும் பையன் உடையைப் போடறேன்னு கிண்டல் பண்றாங்கன்னு சொல்றா. சிறுவயதிலிருந்தே சமூகத்தால திணிக்கப்படுது நம் மண்டைக்குள்ள. எங்க பாப்பாவே சான்று. எப்பவும் பாவாடை, ப்ராக் போன்ற ஆடைகள்தான் போடுவேன்னு அடம்பிடிக்கறா. பெண் உடையின் காரணமாகவே பாலியல் வன்முறை (*Sexual Harassment*) நடக்கறதா சொல்வாங்க பாருங்க. அதுதான் உச்சகட்டம்.

"உடைகளில் பாலினம் பார்த்து அணிவது தேவையற்றதுதான். இந்த நவீனயுகத்தில் உடைகள் ஆண், பெண், திருநர் என வித்தியாசமின்றி அணியறவங்க இருக்காங்க. ஒரு வேளை ஆண், பெண் உடல் இயல்புக்கு ஏற்ற வகையில் உடைகள் தேவையெனில் அணியலாம்.

பெண்ணுக்குச் சிறுநீர் கழிக்க பாவாடை எளிமையா இருக்கலாம். ஆனாலும் அதற்கெல்லாம் *Use and Throw Pee and Go* வந்துவிட்டது, மேலை நாடுகளில் பயன்படுத்தவும் செய்றாங்க. எது எப்படி இருப்பினும் விரும்பிய உடையைப் பெண் அணியலாம். சமூகம் அதைப் புரிந்துகொள்ளும் இடத்திற்கு நகர்வது காலத்தின் இன்றியமையாத தேவை" என்று தீர்க்கமாக முடித்தார் ஆஷா.

"நாங்க பேண்ட், சட்டை போடும்போது பெண் மாதிரி

ட்ரெஸ் போடுன்னு சின்னப் பசங்ககூடச் சொல்றாங்க. இது போல தெருக்களில் சண்டைல சொல்லும் போது எங்களுக்கு வருத்தமாதான் இருக்கு மிஸ்" என்றாள் நான்சி.

"சில இடங்களில் பெண் உடைகளாகக் கருதப்படும் புடவை, சுடிதார் போன்றவை ஆண்கள் அணிந்து, உடைகளைப் பாலின பாகுபாடு இல்லாமல் ஆக்க வேண்டும் என்று சமத்துவத்தை விரும்பும் ஆண்கள் முன்னெடுக்கிறார்கள். கேரளா பள்ளிகளில் ஆண், பெண், திருநர்கள் மற்றும் ஏனையோரும் ஒரே மாதிரியான பள்ளிச் சீருடைகள் அணியலாம் என்று கல்விக்கூடங்களில் முன்னெடுப்பது நல்ல மாற்றமாக சமத்துவத்தை விரும்புவோர் வரவேற்கிறார்கள். பெண் அடிமை ஆக்கப்பட்டு பல்லாயிரம் ஆண்டுகளாகிவிட்டது. நாம் சேர்ந்து பேசிப் பேசி நடைமுறைப்படுத்த உடையில் பாகுபாடு இல்லாமல் மாறும் என்று நம்புவோம். இதற்காகப் பலர் பெண் இப்படித்தான் உடை அணிய வேண்டும் என்று வரலாறு நெடுக மறுத்து மாற்றுப்பாதை இட்டிருக்கிறார்கள். இதில் முதலாளித்துவமும் உடையில பெண்களைக் கவர்ச்சிப் பொருளாக வைத்திருக்கச் செய்கிறது. பெண்ணுக்கான ஆடைகளில் தொடைப்பகுதி இறுக்கமாக, இடுப்புப் பகுதி இறக்கமாகவுமெல்லாம் வடிவமைக்கப்படுகிறது. ஆணுக்கென வடிவமைக்கப்படும் ஆடைகளில் இது போன்ற விஷயங்கள் இல்லை. இந்த உடை அரசியலையும் நாம் உள்வாங்கிக்கொள்ள வேண்டிய தேவையும் இருக்கிறது. இனி சண்டைகளில் பேசப்பட்டாலும் நம்மை யாராவது பேசினாலும்கூட நாம் வருத்தமடைய வேண்டியதில்லை. யோசிங்க குட்டிகளே" என்றார் ஆஷா.

"ஆடைகளுக்குள்ள இத்தனை விஷயம் மறைஞ்சு இருக்கா? நன்றி மிஸ். இனி வருத்தப்பட மாட்டோம். இதைப் பக்குவமா அணுகுவோம். மாற்றத்தை முன்னெடுக்க நம்மாலான விஷயங்களைச் செய்வோம்" என்றனர் கூட்டாக.

13 புதுமை, சவாலை எதிர்கொள்ளத் தூண்டும் பதின்மவயது

தான் வாழும் அழகிய பருத்திப்பள்ளி கிராமத்தில் ஒவ்வொரு பாதையும் எங்கு செல்கிறது, எந்தப் பக்கம் என்ன இருக்கிறது என குயிலியிடம் கேட்டால், கூகுள் நிலவரைபடத்தைக் கேட்டாற்போல் பட்டென சொல்லிவிடுவாள். அவள் வாழும் ஊர் அவ்வளவு அத்துப்படி! பெண்பிள்ளை ஊரைப் பற்றி தெரிந்து வைத்திருப்பது கேட்க நன்றாகத்தானே இருக்கிறது!

தன் குழந்தைப் பருவத்திலிருந்து ஊர் சுற்றி பயணம் மேற்கொள்வது என்றால், குயிலிக்குக் கொள்ளைப் பிரியம். அதில் அவள் அலாதி இன்பமும் தேடலும் அவள் கொள்வதை அவள் அம்மா நாச்சியும் அறிந்தே இருந்தாள். குயிலியை அவள் வீட்டில் காண்பது அரிது. இரவில் வேண்டுமானால் பார்க்கலாம். எப்போதும் ஆடு மேய்க்கும் தன் பாட்டி தங்கம்மா, தன் அண்ணன் ஜெகன், தம்பி முருகன் என யாரோ ஒருவருடன் அல்லது நட்புகளுடன் சேர்ந்து சுற்றுவதுதான் அவள் பெருவிருப்பமே!

அவள் அம்மா நாச்சியும் பெண் என பெரிதாகக் கட்டுப்பாடு விதிக்காமல் மகள் விருப்பபடியே

விட்டிருந்தார். ஓயாமல் எங்கே எனத் தேட வைத்தாலும் ஒரு நாளும் அவளை அடித்துக் கண்டித்ததில்லை நாச்சி. குயிலியோ பயணம் மேற்கொள்வதே தலையாய பணி என ஊரைச் சுற்றிக் கொண்டிருப்பாள். கிராமம் ஆனதால் அங்கே குழந்தைகளுக்குச் சமூக பாதுகாப்பும் இருந்தது.

பயணம் மேற்கொள்கையில் தாத்தா, பாட்டிகளிடம் ஒவ்வொரு பகுதியின் கதைகளைக் கேட்டு மனதில் இறுத்தியிருந்தாள் குயிலி. அந்த இடத்தைக் காணும் போது, அக்கதைகள் உண்மையாக இருக்குமோ என அவள் ஊரில் ஆய்வு செய்யாத இடமில்லை.

பெருமழை பொழிந்து, பாம்பேறி எட்டிப்பார்க்கும் அளவுக்கு கிணறுகளில் நிலத்தடி நீர் உயர்ந்திருந்தது. சிறுவர்களுக்கும், நீச்சல் பிரியர்களுக்கும் ஒரே குதூகலம்தான். விடுமுறை என்றால் தண்ணீரும் கிணறும் சகிதமாக இருந்தனர். ஊர் பயணத்தில் இருந்த குயிலிக்கு வேடிக்கைப் பார்ப்பதும் அவர்கள் கொண்டாட்டத்தை இரசிப்பதும் வாடிக்கையாய் மாறியிருந்தது அப்போது.

ஒரு நாள் தானும் அந்தக் கொண்டாட்டத்தில் மையல் கொண்டால் என்ன என நினைத்து கிணற்றில் இறங்கி, நீச்சல் பயின்றுகொண்டிருந்த சிறுவர்களோடு ஜோதியில் கலந்தாள். இப்படித் தானே களத்தில் குதித்த குயிலியின் பேராவலுக்கு தாத்தா தனசாமி சுரைக்குடுவையைக் கடன் வாங்கிக் கொண்டு வந்து நீச்சல் பழக்கி தீனி போட்டார். சுரைக் குடுவையைக் கட்டி அவளது தம்பி முருகனை முதலில் கிணற்றில் தூக்கிப் போட, மேலெழுந்து வந்த பையன், பயந்து போய் திரும்பிக்கூட பார்க்காமல் வீட்டுக்கு ஓடியே போய்விட்டான்.

அடுத்து குயிலியைத் தூக்கி உள்ளே போடும்போது பயம் ஒருபுறம் இருந்தாலும் கற்கும் பேராவல் பயத்தையெல்லாம் தின்று செரித்தது. ஒரே நாளில் சுரையின் உதவியின்றி தனியே நீச்சல் பழகிக் கொண்டாள் குயிலி. எதையும் வெறிகொண்டு கற்கும் பேரார்வம் குயிலியிடம் இருந்தது.

அவ்வளவுதான். நீச்சல் கற்றதும் வானத்தையே வில்லாக வளைத்த உணர்வு வந்திருந்தது குயிலிக்கு. அன்றிலிருந்து விடுமுறை என்றால் காலை உணவு முடிந்து கிணற்று நீரில் குதித்தால் மாலை வரை கிணறுதான் வாழ்விடமே! அப்பா மட்டும் திட்டுவாரோ என்ற பயத்துடன் கூடவே கிணற்று வாழ்விட வாசம் இருந்தது.

“நீச்சல் கற்றுக் கொண்டாச்சில்ல? இன்னும் என்ன செய்யப் போறாங்க?” என்று கேட்கும் வாய்களுக்கெல்லாம், உட்கார்ந்து டைவ் அடித்தல், நின்று டைவ் அடித்தல், முன்பக்க நீச்சல், பின்பக்க நீச்சல், மேலிருந்து குதித்தலில் உயரம் அதிகரித்தல், கை கால் அசைக்காமல் மிதத்தல், மேலிருந்து கல் ஒருவர் கிணற்றில் எறிய உள்ளே நீந்திச்சென்று பிடித்தல், உள்ளே ஷாம்பூ தாளை ஒருவர் மறைத்து வைக்க அடுத்தவள் நீருக்குள் சென்று தேடுதல் என ஒவ்வொன்றிலும் முதல் வகுப்பிலிருந்து முனைவர் பட்டம் வரை பெற முயன்று கொண்டிருந்தாள் குயிலி.

அந்தக் காலத்தில் எப்பொழுதும் நீச்சல் நண்பர்களுடனே குயிலியை பார்க்க முடிந்தது. நாள் முழுக்க நீரிலேயே இருந்ததால் தலைமுடியும் செம்பட்டை ஆகிக் கொண்டிருப்பதைக் குறித்தெல்லாம் கவலை எழாமல், நாள்தோறும் புதுப்புது விளையாட்டுகள் கண்டுபிடித்து நண்பர்களுடன் விளையாடிக் கொண்டிருந்தாள். இவ்வித உன்னத அனுபவம் கிட்டியது எண்ணி பூரிப்பும் கொள்வாள். ‘ஒரே நாளில் நீச்சல் கற்றுக் கொண்டேன்’, என்ற பெருமிதமும் அவளுக்கு இருந்தது. அதை நண்பர்களிடம் அடிக்கடி சொல்லிக் கொள்வாள்.

கற்றுக் கொண்ட ஊர்ப் பெரிய கிணறு தாண்டி, ஊரில் படிக்கட்டுடன் கூடிய அனைத்து கிணறுகளிலும் அவள் இறங்காத கிணறே இல்லை என்ற அளவில் சொல்லிவிடலாம் என்ற நிலைமையும் வந்தது குயிலிக்கு.

இப்படியாக சென்ற நாள்களில், ஒரு தாத்தா அந்த ஊரில் உள்ள சோமாசி கரடின் மேல் ஆங்கிலேயர்கள் எதோ புதையல் புதைத்து வைத்திருப்பதாகச் சொன்னார். குன்று அல்லது மிகச்சிறிய மலையை கரடு என்பார்கள். அதன் உச்சியில் உள்ள பாறையில் அடையாள வட்டமிட்டு இருப்பதாக தாத்தாவின் கதை கேட்டதிலிருந்து, சோமாசி கரடின் உச்சிக்குச் சென்று பார்த்துவிடும் ஆர்வம் மேலோங்கியது குயிலிக்கு. மலைப் பயணத்தை எப்படிச் சாத்தியப்படுத்துவதென மூளையில் திட்டம் தயார் செய்து கொண்டிருந்தாள். அவள் அண்ணன் ஜெகன் எப்போதும் அவள் எண்ணங்கள் ஈடேற துணை நிற்பவன். அவனிடம் உதவி கோரியதும் ஒப்புக்கொண்டான். அண்ணன் உதவியுடன் பயணம் திட்டமிடப்பட்டது. கிணற்றில் நீச்சல் தோழர்களில் அவனும் ஒருவனாயிற்றே!

இறந்த முருங்கை மரத்தின் இரண்டு பெரிய கட்டைகளை வெட்டி தலைக்கும் காலுக்கும் வீதம் கிணற்றில் போட, அப்படியே நீரில் அதன் மீது படுத்து மிதக்கும் வித்தையை அண்ணன் குயிலிக்குக் கற்றுக்கொடுத்திருந்தான். அவ்வப்போது கன்று ஈன்று வெட்டப்பட்ட வாழைமரத்தையும் கூட இப்படி பயன்படுத்தலாம். கிணற்றில் போட்டு நேரம் காலம் போவது தெரியாது மிதந்து மகிழும் வித்தையைக் கற்றுத் தந்த அண்ணனாயிற்றே! என்றும் அவன் மீது பேரன்பைக் கொண்டிருந்தாள் குயிலி. அண்ணன் மட்டுமல்ல, அவளுக்குத் தோழன் அவன்.

இப்படியாக இந்த உலகில் என்னவெல்லாம் இருக்கிறதோ அதையெல்லாம் தன் வாழ்நாளில் சென்று பார்த்துவிட வேண்டும் என்ற எண்ணம் மனத்தில் தீயாய் எரிந்து கொண்டிருந்தது குயிலிக்கு.

விடுமுறை நாளில் ஒரு நாள், ஜெகன், குயிலி, முருகன் அனைவரும் மலையைப் பற்றி அறிந்த இன்னொரு நண்பன் ஆனந்தனுடன் சேர்ந்து மலையில் பாதை இல்லாத பகுதியில் ஏறத் தொடங்கினார்கள். கரடின் ஒவ்வொரு பகுதியையும் ஆனந்தன் விளக்கிக் கொண்டே வந்தான். அந்நாள் குயிலிக்கு வாழ்வில் மறக்கமுடியாத ஒரு நாளாக இருந்தது.

முதலில் வந்தது கரடின் கீழே உள்ள தடுப்பணை. மெல்ல ஏற ஏற என்றும் வற்றாத பாலியை (ஊற்று) அடைந்தார்கள். அந்த சிறு ஊற்றில் இருந்த தாமரையைக் கண்டார்கள். நீர் அவ்வளவு உயரத்தில் எவ்வாறு வற்றாமலிருக்கிறது என்ற ஆராய்ச்சியுடன் பிரமிப்பையும் ஏற்படுத்தியிருந்தது அனைவருக்கும். பாலிக்கு எங்கிருந்து நீர் வருகிறது என பல வகைகளில் ஆய்வும் செய்தனர். அப்படியே பாறைகளில் ஏறிச் சென்றனர். கரடின் உச்சியில் உள்ள கோயிலை இலக்காகக் கொண்டு இவர்களே வழியைத் தெரிவு செய்து ஏறினர். மிகுந்த சவாலாகவும் பேரின்பமாகவும் இருந்தது.

அப்படியே சீதாப்பழ மரங்கள் நிறைந்த மலையில், சீதாப்பழத்தின் சுவையோடே கரட்டில் ஏறினர். ‘சீசனின் போது மூட்டை மூட்டையாய் பழங்களைப் பறித்து விற்பனைக்கு எடுத்துச் செல்வர்’ என்றான் ஆனந்தன். மலையே சீதா மரத்தால் நிரம்பியிருந்தது; விளைச்சலை அடிவாரத்தில் இருந்த மக்கள் பயன்படுத்திக் கொள்கின்றனர் என்றான். பின் நரிகள் வாழும் குகையைக் காண்பித்துவிட்டு அவை இரவில்தான் நடமாடும்

என குறிப்பும் சொன்னான் ஆனந்தன். குகையை எட்டிப் பார்த்துவிட்டு கிளம்பிவிட்டனர்.

உச்சி நோக்கி தொடர்ந்தனர், உச்சியில் சோமாசிநாதர் கோயில் இருந்தது . தினமும் வீட்டிலிருந்து பார்க்கையில் மலைமேல் தெரியும் கோயில் தற்போது பக்கத்திலயே நிற்பது, ஏதோ வானத்தின் உச்சியைத் தொட்டது போன்ற மகிழ்வைக் குயிலிக்குத் தந்தது.

தாத்தா சொன்ன பாறையின் மீது வட்டம் போட்ட கல் இருக்கிறதா எனத் தேடினாள் குயிலி. அங்கே ஒரு பாறையில் வட்டம் போன்ற வடிவம் இருந்தது. ஆனால் இதெல்லாம் ஆங்கிலேயர்தான் போட்டார்களா என்ற ஐயமும் இருந்தது. யார் எதைக் கூறினாலும் மெய்ப்பொருள் தேடும், பகுத்துப் பார்க்கும் அறிவைக் கைக்கொண்டிருந்தாள் குயிலி. அந்தக் கரடின் மீதிருந்து அவள் வீடு, தான் கடந்து வந்த பாதை, அடிவாரத்தில் இருந்த தடுப்பணை என பலவற்றைக் கண்டுபிடித்து ஆவலோடு தேடிப் பார்த்துக் கொண்டிருந்தாள். “ப்பா எப்படி சின்னூண்டா தெரியுது!”, என்ற ஆச்சர்யத்தையும் நண்பர்களிடம் வெளிப்படுத்திக் கொண்டிருந்தாள்.

கரடின் மேலே இருந்து அதன் உச்சியை அடையும் முறையான வழிப்பாதையைக் காட்டினான் ஆனந்தன். இதில்தான் மக்கள் ஏறி வருவர் நாம் கரடின் பின்புறம் பாறைகளின் மேலே ஏறிவந்திருக்கிறோம் என்றதும் நாமே வகுத்த வழி என குயிலிக்கு ஒருபுறம் பெருமையாக இருந்தது. “இதுபோல நாமே உச்சியைப் பார்த்து பார்த்து பாறைகளின் வழி ஏறி வருவது இன்னும் செம்ம திரில்லாக இருக்குதில்ல?” என்றவள், கரடுக்கென அமைந்த வழியைக் காட்டி, “இந்த வழில ஒருநாள் ஏறணும்”, என்றாள். “அது பக்கத்து ஊரில் தொடங்குது. அங்கிருந்து ஏறி வரணும்; அது முறையான பாதையா இருக்கும். இப்ப ஏறின அளவு கடினமா இருக்காது குயிலி”, என்றான் ஆனந்தன்.

“இந்தக் கோயிலுக்குப் பண்டிகை வரும். அப்பக்கூட நாம வந்து பார்த்தா நல்லா இருக்கும். ஜாலியா நிறைய பேர் ஏறுவாங்க. அப்போ கூட்டமா இருக்கும், நாமும் ஏறலாம்”, என்றான் ஆனந்தன்.

தேடித்தேடி ஆய்வுத்தாகம் ஓரளவு தீர்ந்தபின், எப்படி உச்சிக் கோயிலை இறுதிப்புள்ளியாக வைத்து மேலேறினார்களோ, அதேபோல இப்போது கீழிறங்கும்போது அணையை இலக்காக

வைத்து, பாறைகளைத் தாண்டி கரடின் அடிவாரத்தை அடைந்தனர். இறங்கும்போது இன்னொரு முறை பாலியைப் பார்க்கத் தவறவில்லை அனைவரும்.

இப்படியாக பள்ளி செல்வதும் விடுமுறையில் நீச்சலும் அவ்வப்போது புது இடங்களுக்குப் பயணமும் என வாழ்வில் அதிஉன்னதத்தை மட்டுமே கண்டு கொண்டிருந்தாள் குயிலி. 'நாள் முழுக்கப் படிக்காமல், தண்ணிலயே இருக்க!' என அப்பா திட்டினாலும் அவருக்குத் தெரியாமல் அவர் வீடு திரும்பும் முன் வந்துவிடுவதைக் கவனமாகக் கடைபிடித்தாள் குயிலி. படிப்பிலும் முன்பைவிட அதிக கவனம் செலுத்தினாள். இடையிடையே கிணறு குறித்த நிலத்தடிநீர் மட்ட ஆய்வு வேறு நடந்து கொண்டிருந்தது.

பேரானந்தப் போய்க்கொண்டிருந்த குயிலியின் வாழ்க்கைப் பயணத்தில் அன்றொரு நாளும் விடிந்தது. பள்ளி கிளம்பிக் கொண்டிருந்த குயிலிக்குப் பேரதிர்ச்சி. சந்தேகப்பட்டு தன் பாட்டியிடம் வினவ, அவர் பருவமெய்தியதை உறுதிப்படுத்தினார். கூடவே அம்மாவை அழைத்தும் சொல்லிவிட்டார்.

அப்போது பத்தாவது படித்துக் கொண்டிருந்ததால் படிப்பும் வீணாகும் என மனக்கண்ணில் ஓட, அதுவுமில்லாமல் சடங்கு, சம்பிரதாயங்கள், இனி வரப்போகும் கட்டுப்பாடுகள் என அத்தனையும் குயிலியை அப்படியே உறைய வைத்திருந்தன. அம்மாவிடம், "பத்தாவது படிக்கிறேன். சடங்கெல்லாம் வேண்டாம். படிப்பு கெடும்" எனக் கேட்டதில் வெற்றி கிட்டியது குயிலிக்கு.

கிராமத்தில் அது போன்று முடிவெடுக்கத் தனி தைரியமும் பல சிக்கல்களைச் சந்திக்கும் திடமும் அவள் பெற்றோருக்குத் தேவைப்பட்டது. எப்படியோ குயிலிக்குச் சடங்கு செய்யாமல், தொடர்ந்து பள்ளி அனுப்பச் சம்மதித்து அனுப்பி வைத்தனர். குயிலிக்கு மாபெரும் சாதனையை நிகழ்த்திவிட்ட உணர்வு. இந்த முடிவால் அவள் அம்மா நாச்சி சமூகத்தில் பெரும் நெருக்கடியையும் கேள்விகளையும் எதிர்கொண்டாள். சாதாரணமாக போகிற போக்கில் மக்கள் மாற்றத்தை நிகழ்த்திக்கொண்டுதான் இருக்கின்றனர்.

பருவமெய்திய பிறகும் குயிலி தன் வழக்கம்போல பயணம் மேற்கொண்டாள். ஏனெனில், அவளின் உள்ளார்ந்த ஆர்வமும் தேடலும் அதுதானே? பதின்ம வயதைத் தொட்டதும் இரண்டாம்நிலை பால் பண்புகளின் ஹார்மோன்களின்

விளைவால் இன்னும் அதன் வேகம் அதிகரித்து இருந்தது.

குயிலி பெரிதும் எதிர்பாராத நிகழ்வு அன்று நடந்தேறியது. உலகமே இடிந்து தலைமேல் விழுந்துவிட்ட உணர்வில் தவித்தாள். 'ஏன்தான் பெண்ணாகப் பிறந்தேனோ?' என்று தன் பிறப்பை நொந்து கொண்டாள் குயிலி. அப்படி என்ன அவள் அம்மா சொல்லியிருப்பார்?

14 பதின்ம வயது பெண்களைப் புரிந்துகொள்வோம்; அவர்களுக்கான வெளியை உருவாக்குவோம்!

நட்புகளுடனோ உடன்பிறப்புகளுடனோ தன் சுயம் விரும்பிய அனுபவங்களை உட்கிரகித்து இச்சமூகத்தில் பேராளுமையாக மேலெழும்ப பயணங்கள், அவள் திரட்டிய தகவல்கள், சமூகத்துடனான உறவு ஆகிய எரிபொருள்களாக இருந்து இதுநாள்வரை அவள் வாழ்வில் ஒளியைத் தந்தது.

குயிலியின் அம்மா நாச்சி, "இனி நீச்சலுக்குச் செல்ல வேண்டாம், முன்ன மாதிரி ஊர் சுத்தறதையும் நிறுத்திடு" என்றதும் திடீரென எரிபொருள் கிடைக்காமல் வண்டி அப்படியே கிடப்பில் போடச்சொன்னது போல ஆகிவிட்டது.

பெரும் உத்வேகத்துடன் வானில் உயர உயரப் பறந்த பறவையின் இறக்கைகளை உடைத்து கூண்டில் அடைத்து விட்டனரே என்ற எண்ணமும் வாட்ட, அனைத்தையும் இழந்த ஒட்டுமொத்த உணர்வை யாரிடம் சொல்லி விவரித்து, தீர்வு தேட முடியும் எனத் தோன்றவில்லை, நம்பிக்கையுமில்லை.

இனி வாழ்க்கையில் கண்ணுக்கெட்டிய தொலைவு வரை வெளிச்சமே தென்படாத உணர்வு. ஏன் நமக்கு மட்டும் நடக்குது? உடன்பிறந்த தம்பியையோ

அண்ணனையோ அம்மா எதுவும் சொல்லவில்லை. அம்மாவின் பேச்சை மீறியதில்லை. அவள் விருப்பத்தை அம்மா தடுத்ததும் இல்லை. இதையெல்லாம் அம்மாவிடம் ஏன் என்று கேட்டு விடுவோம என்று கிளம்பினாள்.

"அம்மா, ஊர் உலகத்துல எல்லாம் பருவமெய்தினா சடங்கு செஞ்சு, ஊர் கூட்டி எம்பொண்ணு வயசுக்கு வந்துட்டான்னு பெரிய செலவு பண்ணி, அலங்காரம் பண்ணி பெரிய விழா எடுப்பாங்க. படிப்பை 10, 15 நாள்கள் நிறுத்திட்டு, தாய்மாமன்கிட்ட சீர் வாங்குவாங்க. தாய்மாமன் இல்லன்னா ஏதாவொரு மாமன்கிட்ட கெஞ்சி சீர் செய்யச் சொல்லி , அவளை அந்த நாள்களில் வீட்டுக்குள்ள விடாம தீட்டுனு வெளில தனியா உட்கார வப்பாங்க. தனி டம்ளர், தட்டுனு எதையும் வீட்ல தொடக் கூடாது தொட்டா தீட்டுன்னு ஒதுக்கி வப்பாங்க. இந்த சடங்கு அத்தனையும் இந்தச் சின்னப் பொண்ணு கேட்டான்னு வேண்டாம்னு ஒத்துக்கிட்டு என்னைப் பள்ளிக்கூடத்துக்கு அனுப்புனீங்க. நான் உங்களுக்குப் பொறந்தத நெனச்சுப் பெருமைப்படறேன். நீ அம்மாவா கிடைச்சதை மனமகிழ்வா, யாருக்கும் கிடைக்காத அற்புதமா எண்ணி மகிழ்ந்திருந்த சமயத்துல. . . இப்படி என் இறக்கையை ஒடச்சி வீட்டுல உட்காரச் சொல்றீங்களே... ஏம்மா எனக்குப் பிடிச்ச நீச்சலுக்குப் போகக் கூடாதுன்னு சொல்ற , எனக்கு இப்பவே பதில் தெரிஞ்சாகணும்."

"உன் விருப்பத்தை எப்பவும் நானும் மதிக்கறேன் செல்லம். ஆனா, இப்போ பெரிய பொண்ணு ஆயிட்ட. முன்ன மாதிரி வெளில சுத்தாத, பொண்ணுங்களுக்கு இந்தச் சமூகத்துல பாதுகாப்பு இல்ல."

"ஆனா தம்பி, அண்ணன் வெளில சுத்தறானுங்க, அவனுங்கள நீ ஒன்னும் சொல்லலியேமா! "

"பெரிய பொண்ணு ஆனதுக்கப்புறம் வெளில போகக் கூடாது. எனக்கு காரணம் சொல்லத் தெரியல. ஆனா, வெளில போகாதம்மா, உன் நல்லதுக்குத்தான் சொல்றேன்."

குயிலியை அவள் விருப்பப்படி இருக்கவிட்ட, அனுமதித்த அம்மாவே இப்படிச் சொன்னதும் அம்மாவின் பேச்சு சரியாகத்தான் இருக்கும் என்று ஒரு புறமும், ஏன் அதை மீறினால்தான் என்ன என்றும், மீறினால் அம்மா சொல்படி எதாவது சிக்கலில் மாட்டிக் கொள்வோமா என்ற பயம் ஒருபுறமும்

வாட்டி வதைத்தது. அப்படி என்ன சிக்கல் வந்துவிடப் போகிறது என்று பலவாறு சிந்தனை பறந்தது குயிலிக்கு.

'சரி, யாரிடமாவது இது குறித்துக் கேட்போம். நம்மை எங்கும் தடை பண்ணாத அம்மாவே இப்படிச் சொல்றாங்க. காரணம் தெரிஞ்சுக்காம விடறதில்ல. ஒவ்வொருத்தரா இதுக்குச் சரியா வருவாங்களா' என்று மனம் அலசிக்கொண்டே இருந்தது.

தனது ஆசிரியர் தனலட்சுமியிடம் கேட்கலாம் என யோசித்தாள். தனலட்சுமி டீச்சர் தன் வகுப்பிற்கு வரவில்லை, எனினும் அவரைப் பற்றிக் கேள்விப்பட்டிருக்கிறாள். நாளை பள்ளிக்குச் சென்றதும் கேட்டு, தெளிவு பெற வேண்டும் என மனதில் இறுதிக்கொள்ள முடிவெடுத்தாள்.

மறுநாள் தனலட்சுமி டீச்சரைச் சந்தித்தாள்.

"ரொம்ப அவசரமா இப்பவே பேசணுமா? மதியம் வரை வகுப்பிருக்கு. மதிய உணவு இடைவேளையின் போது பேசலாமா" எனக் கேட்க...

"மதியமே பேசலாம் மிஸ். தனியா பேசணும்" என்றாள் குயிலி.

மதியம்... "சொல்லுமா?" என்றார் ஆசிரியர். தனது பயணக்கனவுகள், தான் மேற்கொண்ட பயணங்கள், பயணங்களில் அறிந்த விஷயங்கள், நீச்சல் கற்ற அனுபவங்கள், நீச்சலில் பெற்ற திருப்தி எனத் தன்னைப் பற்றி எவ்வித இடையீடும் இல்லாமல் சொல்லி முடித்தாள். ஆசிரியரும் கவனமாகக் கேட்டார்.

"அழகான வாழ்க்கையை வாழ்ந்திருக்கம்மா. ஒரு பொண்ணை இப்படிச் சமூகத்தில் அனுமதிக்க மாட்டாங்க. அந்த வாய்ப்பு உனக்குக் கிடைச்சிருக்கு."

"நீங்க சொல்வது உண்மைதான். எங்க அம்மா என் விஷயத்துல எங்கும் தலையிட்டதே இல்லை. தவறு செய்யும்போது தயங்காம மாற்றுக் கருத்துச் சொல்லி வழிநடத்தத் தவறமாட்டாங்க. ஆனா, அவங்க நேத்து சொன்னதுக்குதான் என்ன காரணம்னு தெரிஞ்சுக்க உங்ககிட்ட வந்தேன்."

"அப்படி என்னம்மா அம்மா சொன்னாங்க?"

"மிஸ், பொதுவா மாதவிடாய் முதல்முறை வந்தா சடங்கு, சம்பிரதாயம்னு நிறைய இருக்கும். அதுக்குன்னு பெரிய விழா எடுப்பாங்க. ஆனா, நான் கேட்டன்னு அந்த விழாவோ சடங்கோ

ஏதும் பண்ணலை. என்னை முதல் நாளே பத்தாம் வகுப்புத் தேர்வுன்னு பள்ளிக்கூடம் அனுப்பி வைச்சிட்டாங்க" என்றாள் குயிலி.

"ஆஹா, எவ்ளோ பெரிய விஷயத்த சாதிச்சிருக்க குயிலி நீ. அதுக்கு உங்க அம்மாவும் குடும்பமும் எவ்ளோ ஆதரவு தெரிவிச்சிருக்காங்க தெரியுமா! வாழ்த்துகள் உனக்கும் உங்க குடும்பத்துக்கும். இதுல எவ்ளோ பிரச்னைகளை உங்க அம்மாவும் குடும்பமும் சந்திக்க வேண்டி வந்திருக்கும். சந்தித்திருக்கும். அதெல்லாம் உனக்காகத் தாங்கிக்கிட்டாங்க. இப்படித் தொடங்கின மாற்றங்கள்தாம் சமூகத்தை முன்னோக்கி சமத்துவ சமூகமாக நகர்த்திக்கிட்டிருக்கு. நான் என் குடும்பத்துலயும் இப்படியொரு மாற்றத்தை முன்னெடுக்கணும்ன்னு நெனச்சிட்டு இருக்கேன்."

"நான் யோசிச்சு பார்த்தேன் மிஸ். இந்தச் சடங்கெல்லாம் வேணாம்னு சொன்னேன். அதுக்குச் செலவு பண்றத என் படிப்புக்குச் செலவு பண்ணுங்க. நான் படிக்கணும்ங்கிறதுதான் நான் கேட்டதோட நோக்கமே!" என்றாள் குயிலி.

"ரொம்ப சூப்பர்ம்மா" என்று குயிலியை அணைத்தார் தனலட்சுமி.

"என்ன சந்தேகம்?"

"இல்ல மிஸ். இதெல்லாம் ஒத்துக்கிட்ட அம்மா, நான் பருவம் அடைஞ்சதுக்குப் பிறகு வெளில எங்கயும் முன்ன மாதிரி போகக் கூடாதுன்னு சொல்லிட்டாங்க. காரணம் கேட்டா சொல்லத் தெரியலன்னு சொல்றாங்க. என்ன காரணமா இருக்கும்ன்னு தெரிஞ்சுக்கலன்னா மண்டை வெடிச்சிரும் போல இருக்கு. அம்மா சொல்லைத் தட்டவும் முடியல. அம்மாகிட்ட அறிவியலா புரிய வைச்சிடுவேன். அப்படித்தான் மாதவிடாய் தீட்டு இல்லன்னு புரிய வைச்சேன். அதே நேரத்துல என்னால எங்கயும் போகாம வீட்டுக்குள்ளயும் இருக்க முடில. ஒரே மன அழுத்தமா இருக்கு. எதைப் பார்த்தாலும் வெறுப்பா இருக்கு. படிக்கக்கூடப் பிடிக்கல. சாப்பிடவும் தான்" என்றாள் குயிலி விரக்தியோடு.

"இவ்ளோ நாள் உன் சுயம் தேடின வாழ்க்கையை வாழ்ந்துட்டு திடீர்ன்னு சுயத்தைச் சுருக்கிக்கறது மிகப்பெரிய வலியும் வேதனையும் தரும்தான். எனக்கு அது நல்லாவே புரியுது. ஆனா, என்ன செய்யறது, நம் சமூகம் குழந்தைகளுக்குப் பாதுகாப்பு கொடுக்கற சமூகமாக மாறணும்."

“அப்போ பொண்ணா பொறந்தா வெளில தன் விருப்பப்படி போகக் கூடாதுன்னு சொல்றீங்களா?”

“நான் அப்படிச் சொல்லல. சமூக நிலையை ஒட்டிச் சிந்தித்து அதில் மெல்ல மாற்றங்கள் கொண்டு வர முயற்சி பண்ணணும். சமூகம் ஆண்களுக்கு ஒரு சௌகரியத்தைக் கொடுத்திருக்கு. அதன்படி ஒப்பிட்டு யோசிக்காம நமக்கான வெளியை, எதார்த்தத்தை ஒட்டி நாம் உருவாக்கணும். உன்ன மாதிரி பெண்களால் தான் இந்தச் சமூகம் ஆரோக்கியமான சமூகமாக நகரும். அதனால எப்படி உனக்கான வெளியை உருவாக்கிக்கறதுனு யோசி, இது போல தனக்கான வெளியை உருவாக்கி வாழ்க்கையில் சாதித்த பெண்கள் வாழ்க்கை வரலாற்றைப் படித்து அவர்கள் எப்படி இந்தச் சமூகத்தில் மாற்றத்துகான ஊன்றுகோலாக இருந்திருக்காங்கன்னு முன்மாதிரியா எடுத்துக்கிட்டு, உன் வாழ்க்கைல எப்படிச் சாத்தியப்படுத்தலாம்ன்னு நீதான் கண்டறியணும். பின்னோக்கிப் பார்த்தா எவ்ளோ ஒடுக்குமுறைக்குப் பெண்கள் உள்ளாகியிருக்காங்க. அப்படிப் பாடுபட்டவர்கள் தோள்மீதேறி நாம் பயணிக்கிறோம். நாமும் நம் பங்கிற்குச் சமூகக் கடமை ஆற்றுவோம் குயிலி.”

“சரி, ஏன் அப்படிப் பெண்களுக்குச் சமூகம் கட்டுப்பாடு விதிச்சிருக்கு.”

“அதுக்குப் பல காரணங்கள் இருக்கு. ஒரு காலத்தில் தாய்வழி சமூகமா, மூத்த தாய் சமூகத்தை வழிநடத்திக்கிட்டு இருந்த காலம் மாறி, தந்தைவழி சமூகமாகப் பல்வேறு காலகட்டங்களில் பல மாற்றங்களை, கட்டுப்பாடுகளைப் பெண்கள் மீது திணித்தது. அவளை அடக்கி ஆணுக்குக் கீழ்தான் பெண் எனப் பின்னால் உருவான தந்தைவழி மதங்கள், சமூகத்தில் பின்னப்பட்ட பண்பாட்டின்வழி கருத்தியல்கள் எல்லாம் போதிக்க, பொண்ணுக்கான வெளியானது கட்டுப்படுத்தப்பட்டது. இவை எல்லாம் ஆண், பெண் என இருவரும் ஏற்றுக்கொண்டு நடக்கும்படி ஆனது. அதில் குறிப்பாக அவளது உடல் மீது பல கட்டுப்பாடுகள் விதிக்கப்பட்டு, அதில் குடும்ப கௌரவம், தன் உடலை வேறொருவன் தொட்டால் அவள்தான் குற்றவாளி எனக் பாதிக்கப்பட்டவரையே குற்றவாளி ஆக்கி பெண்ணை அடக்கி வைத்தனர்.

"பதின்ம வயது பருவத்தில் தன் அடையாளம் தேடிக் கண்டடைதல், ஆர்வம், ஆளுமையை வளர்த்தல், தன் திறன்களை வளர்க்க, பேராற்றல் வளர இருக்கும் பருவம் எனப் பல புதுமைகளை உள்ளடக்கிய அழகான, அருமையான பருவம் அது. உள்ளமும் உடலும் வீட்டிற்குள் முடக்குவதால் சமூகத்திற்கே பேரிழப்புதான். அதை இச்சமூகம் புரிந்துகொண்டு மாற்றம் காண வேண்டும். இப்படி ஒடுக்கப்படுவதால் குறிப்பாகப் பெண்கள் பல உளச்சிக்கலுக்கு ஆளாகி சவலை மனிதர்களாக வளர்க்கப்படுகின்றனர். அதனாலேயே பெண் இந்தச் சமூகத்தில் வளரல, வளர்க்கப்படுகிறாள் என மாற்றத்தை யோசிப்பவர்கள் சொல்வார்கள் குயிலி."

"நீங்க சொன்னதை எல்லாம் தேடிப்பிடித்துப் படிக்க ஆர்வம் வந்திருக்கு. நம்மைச் சுற்றி பல ஆயிரம் ஆண்டுகளாகப் பின்னப்பட்ட வலை மெல்ல மெல்லவே மாற்றம் காணும் என்ற புரிதல் எனக்கு வந்துடுச்சு. நான் என்னாலான முயற்சிகளை எடுத்துப் பெண் சமூகம் தன் வெளியை உருவாக்கிக்கொள்ள முன்னோடியாய் இருப்பேன் மிஸ். என்னைத் தெளிவுபடுத்தி யதார்த்தத்தைப் புரிய வைத்ததற்கு நன்றி மிஸ். நீங்க சொன்னது போல இந்தச் சமூகத்தின் தடைகள் தாண்டி சாதித்த, தனக்கான வெளியை உருவாக்கிக்கொண்ட பெண்கள் பத்தி வாசிக்கத் தொடங்குறேன். நீங்களும் அப்பப்போ ஆளுமைகளை எனக்குச் சொல்லுங்க."

"சரிம்மா. தேவைப்படும் போது கூப்பிடு. நீ படிச்ச புத்தகங்களின் கருத்துகளை உன் நண்பர்கள் மற்றும் குடும்பத்தினரோடு பகிர்ந்துக்க. அது முக்கியம். வாசிச்ச புத்தகங்களை மத்தவங்க வாசிக்கக் கொடு. குறிப்பா உன்னுடன் இருக்கும் குடும்ப உறுப்பினர்கள், நண்பர்களுக்குக் கொடும்மா குயிலி."

பதின்ம வயது குழந்தைகளைச் சரியாகக் கையாண்டால் மனித வளம் பெருகி இச்சமூகம் முன்னேற வழிவகுக்கும். அதற்கு அவர்களின் உளவியல், உடலியல் தேவைகளை அறிவியல் மனப்பான்மையோடு அணுக வேண்டும். அவர்களுக்கான கல்வி, இயங்கு வெளி, சமூகத்தை, சமத்துவத்தின்மீது நம்பிக்கைகொண்ட மக்கள் கட்டமைக்க உந்துகோலாக இருக்க, ஒட்டுமொத்த சமூகத்தின் கடமையாக வலியுறுத்த வேண்டும். சமூகம் மாறும் என நம்புவோம். அதுவரைத் தொடர்ந்து உரையாடுவோம்.

15. அரசியல் உரையாடலைப் பதின்ம பருவத்தில் தொடங்குவோம்!

அப்பா கந்தசாமி, அம்மா பூர்ணம், தம்பி வேலன் ஆகியோருடன் தென்றலும் வீட்டில் அரசியல், நாட்டு நடப்பு பற்றி எல்லாம் பேசுவாள். இதன் மூலம் ஒருவருக்குத் தெரியாத தகவல் இன்னொருவர் மூலம் தெரிந்துவிடும். ஒவ்வொருவரின் அரசியல் பார்வையும் புரிதலும் வெளிப்படும். சில நேரம் அரசியல் சொல்லிக் கொடுத்த அப்பாவின் கருத்தையே மீறி தென்றலும் வேலனும் கருத்து தெரிவிப்பார்கள். அப்பாவும் என்னடா நம் கருத்துக்கே மாற்றுக் கருத்து சொல்றாங்களேன்னு நினைப்பார். "அப்பா, உங்களைத் தாண்டி வளர்ந்தால்தான் நீங்க வளர்த்தவங்கன்னு அர்த்தம். அது உங்களுக்குப் பெருமைதானே?" என்று அப்பாவைச் சரியான நேரத்தில் சரியான கருத்தால் சாந்தப்படுத்திவிடுவாள் தென்றல்.

கல்யாணம் ஆகி, பெற்றோரை விட்டு வெளியூரில் இருப்பதால் பிறந்த வீட்டை நினைக்கும் போது, இப்படியான உரையாடல்களை, நினைவுகளை அசைபோட்டுக் கொண்டிருப்பாள் தென்றல்.

அன்று இரவு அப்பாவும் தம்பியும் குழு அழைப்பில் (GROUP CALL) தென்றலை அழைத்தனர். ஒருவரை இன்னொருவர் நலம் விசாரித்துவிட்டு,

நேரே முடிவுகள் வெளியாகி உள்ள சட்டமன்றத் தேர்தல் குறித்த உரையாடலில் தொலைந்து போனார்கள் மூவரும்.

"இந்தத் தொகுதில இவரைத் தொடர்ந்து ஐந்தாவது முறையா மக்கள் தேர்ந்தெடுத்திருக்காங்களாமே? சேலம் மாவட்டத்துல இந்தத் தொகுதி தவிர மத்ததெல்லாம் இந்தக் கட்சிதானாமே? பத்து வருசமா இருந்த கட்சியை விட்டுட்டு இந்த முறை ஓட்டு மாத்தி போட்டுட்டாங்களே மக்கள்?"

அவரவர் குடியிருக்கும் தொகுதியில் எப்படி, யார் பெரும்பான்மை எனப் பகிர்தலும் கூடவே அக்கா, தம்பி இருவரும் பிறந்த ஊர் தொகுதி குறித்து, கூடுதல் தகவல் கேட்டு அறிந்தனர். அப்புறம், 'இந்த அரசாங்கம் இனி ஒன்றிய அரசுக்கு டஃப் கொடுக்கப் போகுது. கல்வில முன்னேற்றம் வரும்ன்னு நினைக்கறேன்' என்றெல்லாம் ஒரு மணி நேரத்திற்கு மேலாகப் பேச்சு தொடர்ந்துகொண்டிருந்தது. தமிழ்நாட்டில் 234 தொகுதிகளையும் அலசி அக்குவேர் ஆணிவேராகப் பிரித்திருந்தார்கள் மூவரும்.

கந்தசாமியோ தன் 75 ஆவது வயதிலும் தன் குழந்தைகள் மூலம் பலவற்றை ஆவலோடு கேட்டுத் தெரிந்துகொண்டார். உரையாடல் முடிந்து தென்றல் நினைவுகளை அசைபோடத் தொடங்கினாள். பொதுவாகக் குழந்தைகள் அப்பாவிடம் குடும்பம், உறவினர்கள், ஊரில் நடந்தது என்ன என்று கேட்பார்கள். இது என்ன வித்தியாசமாக இருக்கிறோம் என்று வியந்தாள் தென்றல்.

அவள் அப்பா அடிக்கடி சொல்வார், "அரசியலில் நாம் தலையிடவில்லை எனில் அரசியல் நம் வாழ்வில் தலையிடும்" என்று.

தன் குடும்பத்தை எண்ணிப் பெருமையாக இருந்தது. தொலைக்காட்சித் தொடர்களே பார்க்காமல் தினமும் செய்தித்தாள் படித்து, தான் வைத்திருந்த கடையில் அரசியலை விவாதிக்கும் அம்மா, இப்படிப்பட்ட தன் குடும்பத்தை எண்ணிப் பூரித்தாள்.

அன்றொரு நாள் அப்பாவை உள்ளூர்த் திருவிழா நாடகத்தின் தொடக்க விழாவிற்கு உரையாற்ற அழைத்திருந்தனர். அப்பா 1970களிலேயே பட்டப்படிப்பு முடித்த அந்தக் கிராமத்தின் முதல் பட்டதாரி. பொது விஷயங்களில் அப்பாவின் சமூகப் பங்களிப்பு இருக்கும் என்பதும் அவரை அழைத்திருந்ததன் கூடுதல் காரணம்.

அப்பா தென்றலைக் கூப்பிட்டு ஒரு தாளில் என்ன பேச வேண்டும் என எழுதி, “இதை நாடகத் தொடக்க விழாவில் பேசிடு” என்றார். அவளோ ஐந்தாம் வகுப்பு படிக்கும் சிறுபெண், அவர் எழுதியதற்கு விளக்கமும் கொடுத்து, தொடர்ந்து எப்படிப் பேச வேண்டும் என பயிற்சியும் கொடுத்தார். பள்ளி விழாக்களிலும் இது போன்று எழுதிக் கொடுத்துப் பேசச் சொல்வார். முதல் தலைமுறையானதால் எவ்வளவு வேண்டுமானாலும் எழுதுவார். ஆனால், மேடைகளில் வாய்ப்பு கிட்டியும் பேசியதில்லை. அவர் பேசி தென்றல் பார்த்ததும் இல்லை. சிறுவயதிலிருந்தே வாய்ப்பு மறுக்கப்பட்டே வளர்ந்ததால் இருக்கும் அச்சமோ என்னவோ? அப்பாவிடம் அதைப் பற்றி ஒரு நாளும் கேட்டதில்லை. அவராகவும் எதும் சொன்னதில்லை.

திருவிழாவில் நாடகத் தொடக்க நிகழ்வின் போது ஊர் பொறுப்பாளர்கள், பங்களிப்பாளர்கள் மேடையில் அமர்ந்திருந்தனர். நாடகத்தைக் காண வந்த மக்களோ எப்போது நாடகம் தொடங்கும் என்ற ஆவலோடு அமர்ந்திருந்தார்கள். நிகழ்வைத் தொகுத்து வழங்குபவர் அப்பாவைப் பேச அழைக்க, அப்பாவோ எனக்காக என் மகள் பேசுவாள் எனக் கூறி அமர, சுட்டிப்பெண் தென்றலோ எழுதிக் கொடுத்ததைச் சற்றுப் பயத்துடன் பேசினாள். ஊரின் பொதுமேடை, கீழே மக்களின் பலத்தக் கூட்டத்தைக் கண்டு பயம் பேச்சில் தட்டுப்பட்டாலும் தடுமாறாமல் பேசி முடித்த தென்றலை, அனைவரும் கைதட்டிப் பாராட்டினர். அப்பாவுக்கோ மகிழ்ச்சியைத் தாங்க முடியவில்லை.

பெரும்பாலும் அப்பா நாட்டுப்புறப்பாட்டுக் கச்சேரி, பட்டிமன்றம், அரசியல் கூட்டம் எனச் சுற்றுவட்டாரப் பகுதிகளில் எது நடந்தாலும் தவிர்க்காமல் செல்வார். இப்போதெல்லாம் தென்றலும் விருப்பப்படுவதால், அவளையும் அனைத்து இடங்களுக்கும் அழைத்துச செல்வார்.

எங்கும் அப்பாவுடன் கூடவே செல்லும் தென்றல் கேள்விக்கணைகளைத் தொடுத்துக்கொண்டே இருக்க, அப்பாவும் தனக்குத் தெரிந்ததை மகிழ்வோடு பதில் சொல்வார். தன் குழந்தை அனைத்தையும் கேள்விக்குட்படுத்துகிறாளே என்ற பெருமிதம் இருக்கும். பொண்ணு இப்படி எடக்குமடக்காகக் கேள்வி கேட்கிறாயே என்று ஒரு நாளும் சொன்னதில்லை. மாறாக ஊக்கம் அளித்தே வந்தார்.

மகன் வேலனுக்கு வெளியில் வருவது அவ்வளவாக விருப்பம்

இல்லை எனினும் தென்றலுக்கு இருக்கும் விருப்பத்தைப் பெரிதும் ஊக்கப்படுத்தியே வந்தார். வேலனிடம் இவையெல்லாம் அறிந்துகொள்ளணும் என்று சொல்லிக்கொண்டே இருப்பார் அப்பா.

பொதுவெளிக்கெல்லாம் எதுக்கு வரவேண்டும் என்று பெண்ணை வார்த்தைகளாலேயே தூற்றுவார்களே என்று பொதுபுத்தியை அவர் அறிந்திருந்தபோதிலும் தென்றலை வாய்ப்பு கிடைக்கும் போதெல்லாம் ஊக்குவிக்கத் தவறியதில்லை. பெண்தானே எதற்கு இப்படி வளர்க்க வேண்டும் என்று ஒரு நாளும் நினைத்ததில்லை. தனக்குக் கிடைக்காத வாய்ப்பு, அறிவு, இயங்கு வெளி அனைத்தும் தன் குழந்தைகளுக்குக் கிடைக்க வேண்டும் என்ற ஒற்றை எண்ணம் அனைத்தையும் மீறி வளர்ந்திருந்தது. பல அப்பாக்களுக்கு முன்னோடியாகத் திகழ்ந்தார்.

செய்தித்தாள் படிக்கும் பழக்கம் பெற்றோரிடம் இருந்ததால் வேலன், தென்றல் இருவரிடமும் அது தொற்றிக்கொண்டு இருந்தது. பொதுவெளியை, நாட்டு நடப்பை அறிய செய்தித்தாள் வாசிப்பு மிக முக்கியம் என அப்பா அடிக்கடி சொல்வார். பொதுவாகக் குடும்பத்தில் காலையில் காபி, டீ குடிக்கும் பழக்கம் போல எழுந்ததும் செய்தித்தாள் வாசிப்பு அனிச்சையாகக் குடும்பத்தில் அனைவரிடமும் இருந்தது. அது பற்றி உரையாடலும் அவ்வப்போது நிகழும்.

"அப்பா, பொதுவாக அரசியலே பேசக் கூடாது. அது ஒரு சாக்கடை அதைக் கண்டா ஒதுங்கிடணும்னு சொல்றாங்க. ஆனா, என்னப்பா நம்ம வீட்ல அரசியல் பத்தி உரையாடறோம்" என்றாள் தென்றல்.

"பொதுவாக சமூகத்தில் அரசியல் சார்ந்த அறிவு குறைவா இருக்கு பாப்பா. எல்லோரும் அரசியல் விழிப்புணர்வு அடைஞ்சிட்டா. மக்களை ஏமாத்தி ஓட்டு வாங்க முடியாதில்ல. அதனால அரசியல் ஒரு சாக்கடை, நமக்கெதுக்கு அப்படிங்கிற கருத்து தொடர்ந்து பரப்பப்பட்டு, அக்கருத்துதான் சரின்னு பெருவாரியான மக்களால் நம்பப்படுது. அது ஒரு வகைல ஆட்சியாளர்களுக்கு எளிதா ஓட்டு வாங்க சாதகமாகவும் அமைஞ்சிடுது."

"நீங்க அடிக்கடி சொல்வீங்களே, அரசியல்ல நாம தலையிடலன்னா, அது நம்ம வாழ்க்கைல தலையிடும்னும் அரசியல்ன்னா என்ன? கட்சி, தேர்தல் பற்றிப் பேசறது தானா

அரசியல்?" என்றாள் தென்றல்.

"அதாவது கண்ணு, அரசியல் கட்சி, தேர்தல், அரசியல்வாதிகள் இவை எல்லாம் உள்ளடக்கியதே அரசியல்தான். ஆனா, அது மட்டுமில்ல நாம் உண்ணும் அரிசில இருந்து நீ பயன்படுத்தற பொட்டு, நோட்டு, பேனான்னு எல்லாப் பொருளின் விலையையும் நிர்ணயிக்கிறது அரசியல் சார்ந்த நாம் தேர்ந்தெடுத்த அரசாங்கம்தான். அப்போ நாம மக்களுக்காகச் செயல்படற பிரதிநிதியைத் தேர்ந்தெடுத்து அனுப்பிருந்தா மக்களைப் பாதிக்கும் செயல்களில் ஈடுபடாம விளிம்புநிலை மக்கள் பக்கம் நின்னு அதிக கவனத்தோட யோசிச்சு செயல்படுவாங்க" என்றார் அப்பா.

"அப்போ அரசியல் இல்லன்னா வாழ்க்கையே இல்லைங்கிற அளவு சொல்றீங்களே அப்பா... நம்ம மக்கள் தேர்தலுக்குக் காசு வாங்கிட்டு ஓட்டு போடறாங்களே அதை என்னனு சொல்றது போங்க" என்று நொந்துகொண்டாள் தென்றல்.

"எலெக்‌ஷனில் ஒரு ஓட்டுக்குச் சில நூறு முதல் சில ஆயிரம் வரை வாங்குவாங்களா? நீயே யோசிச்சுப் பாரு நாம பயன்படுத்தும் அரிசி, பருப்பு, மளிகை சாமான்கள், வண்டி, பெட்ரோல்னு எல்லாப் பொருள்களுக்கும் ஒரு மக்கள் விரோத அரசாங்கம் வந்தா எவ்ளோ விலைவாசி உயரும் சொல்லு?" என்றார் அப்பா.

"அப்போ ரூபாய் குடுக்கறவங்களைக் கணக்கில் எடுக்காம மக்கள் பக்கம் நிற்கும் அரசியல்வாதிகளைத் தேர்ந்தெடுக்கும்போது நம் நாடு முன்னேறும் இல்லப்பா. ஒரு மாசத்துலயே அவங்க தேர்தலுக்குக் கொடுத்த காசைவிட அதிகமா செலவு பண்ணிடறோமே இது எல்லாருக்கும் எளிதாகப் புரியக்கூடியதுதான். நான் என் நண்பர்களோட இதைப் பத்திப் பேசப் போறேன்" என்றாள் ஆவலோடு தென்றல்.

"ரொம்ப சரியாப் புரிஞ்சுக்கிட்ட கண்ணு, இது எல்லாருக்கும் புரிஞ்சிட்டா எவ்ளோ நல்லா இருக்கும். நல்ல ஆட்சியாளர்கள் பார்த்து ஓட்டுப் போட்டு, தேர்ந்தெடுத்தா நம் வீட்லயும் காசை எவ்வளவோ மிச்சம் பண்ணி, குடும்பப் பொருளாதாரமும் முன்னேற்றமடையும்னு ஒரே பாயிண்ட் புரிஞ்சா போதும். நாமும் பரவலா இதைப் பரப்பணும் கண்ணு" என்றார் அப்பா.

"ரொம்ப சரியாச் சொன்னிங்கப்பா."

"பொதுவாகவே நம் சமூகத்தில் அரசியலுக்கு வர்றது குறைவு.

அரசியல் உரையாடல் ஆண்களுக்கே குறைவா இருக்கும்பட்சத்தில் பெண்கள் வீட்டு வேலை, வீட்டுக்குள்ளயே முடக்கப்படுதல், பெண்களுக்கு அரசியல் பேச்செல்லாம் எதுக்கு? குடும்பப் பெண் அரசியல் பேசுவாளா? அரசியலுக்குக் குடும்ப பெண் வருவாளா எனப் பல கருத்துகள் பொது சமூகத்தின் மண்டைக்குள் கொட்டிக் கிடக்குது. அரசியலுக்கு ஒரு பெண் வந்தா அவள் எதுக்கும் தயார்ன்னு பொதுச் சமூகத்தால் புரிந்துகொள்ளப்படுது. வீட்டை நிர்வகிக்கும் பொறுப்பு, குழந்தை வளர்ப்புன்னு பல குடும்பப் பொறுப்புகள் பெண்களிடம் மட்டுமே திணிக்கப்படுவதால் , அதனையும் விட்டு வரமுடிவதில்லை பெண்களால். இதையெல்லாம் தாண்டி தன் குடும்பத்தில் அரசியல் தலைவர்களா இருக்கற வாரிசுகளும் அரிதா எளிய குடும்பப் பின்னணியில் இருந்தும் வர்றாங்க. அவங்க பெரும்பாலும் குடும்ப அமைப்புக்குள்ள போகாதவங்களா இருந்துதான் பொது வாழ்க்கைக்கு வரமுடியுது. இது நம் சமூகம் முன்னேறாமல் இருக்க, பெரும் சம்மட்டி அடி. சமூகத்துல பாதி எண்ணிக்கைல இருக்கற பெண்கள் அரசியல்ல பாதி எண்ணிக்கைல பிரதிநிதித்துவம் இருக்கணும். ஆனா, இந்தியாவில் சுமார் 14 % பெண்கள் தாம் நாடாளுமன்ற உறுப்பினர்களா இருக்காங்க. நாடாளுமன்றத்துல பெண்களுக்கு 33% பிரதிநிதித்துவம் தரணும்ங்கிற மசோதா இன்னும் நிலுவைலதான் இருக்கு. நம் தமிழ்நாட்டுல உள்ளாட்சில 50 % பெண்களுக்குப் பிரதிநிதித்துவம் இருக்கு. அப்படி இருந்தாலும் தேர்ந்தெடுக்கப்பட்ட பெண்கள் தனித்து இயங்க முடியல. அவங்க கணவர், உறவினர்கள்தாம் உண்மையான அதிகாரத்தை வைச்சிருக்காங்க. இது உண்மையான பிரதிநிதித்துவமா ஏற்க முடியாது."

"அப்போ பெண்கள் அரசியலுக்கு வரணும், அவங்களும் அரசியல் அறிவு பெறணும்னா என்ன பண்ணணும்ப்பா? அரசியல் கட்சிகளுக்கு வந்து பங்களிச்சாதான் அரசியல்ல இருக்கோம்ன்னு அர்த்தமா? உரிமைகள் மறுக்கப்படும் போதும் நாட்டு நடப்பு சார்ந்து குறைந்தபட்ச அறிவாவது இருக்கணுமில்ல?" என்றாள் தென்றல்.

"அதுக்கு நம் பண்பாட்டுல மாற்றம் வரணும், சீரிய செயல்திட்டம் இருக்கணும் கண்ணு" என்று உரையாடல் முடியும் நேரத்தில் தென்றல் கேள்விக்கணைகள் தொடுக்க அடுத்தகட்ட உரையாடல் தொடங்கியது.

16 அரசியல் உரையாடலை வளரிளம் பருவத்தில் தொடங்குவோம் !

"நாம் பொதுவாக மேல்மட்ட அளவுல சட்டமன்றம், நாடாளுமன்றத்தில் எம்.எல்.ஏ., எம்.பி. சதவீதக் கணக்கை எடுத்துப் பெண்கள் சதம் குறைவுன்னு பேசறோம் கண்ணு."

"அப்ப மாற்றம் எங்கிருந்து வரணும்னு சொல்றீங்க அப்பா?"

"நம் இந்தியாவின் முதல் பிரதமர் ஜவஹர்லால் நேரு சிறைச்சாலையில் இருக்கும்போது, வீட்டிலிருந்த தன் 13 வயது மகள் இந்திரா பிரியதர்சினிக்கு உலகத்துல இருக்கற நாடுகளின் வரலாற்றைக் கடிதமாக எழுதி அனுப்பி வைச்சாரு. 13 வயது இந்திராவும் அதைப் படிச்சிட்டு பதில் கடிதம் எழுதுவாங்க. இந்திராவின் அப்பாவும் நம் இந்தியாவின் முதல் பிரதமருமான ஜவஹர்லால் நேரு அப்போ எழுதிய கடிதங்கள் 'உலக வரலாறு குறித்த பார்வை' (Glimpses of World History) என்ற தலைப்பில் புத்தகமாகக் கிடைக்குது. அவர் அதைச் சிறைச்சாலையில் எந்தப் புத்தகத்தையும் பார்வையிடாமல் தன் நினைவிலிருந்த தகவல்களைக் கொண்டே எழுதியிருப்பது வியக்கத்தக்கதாக இருக்கு. நான் ஏன் சொல்றனா குடும்பத்தில் அரசியல் சார்ந்த அறிவு இருக்கவங்களேகூடப் பொதுவாகப் பெண்களுக்கு அரசியல் சார்ந்த அறிவை

கைக்கொள்ள பெரும்பாலும் அனுமதிப்பதில்லை. பெண்களை அரசியல்படுத்தும் அந்தப் பாத்திரத்தைக் குறிப்பாக அப்பாக்கள் கையில் எடுக்கணும். அதற்குக் குடும்பத்துல வாய்ப்பில்லன்னா பள்ளில ஆசிரியர் அந்தப் பொறுப்பை எடுக்கணும். அதுவும் குறிப்பாகப் பதின்ம பருவம் கேள்வி கேட்க, உரையாடத் தொடங்கும் பருவம். அப்போ கட்டாயமாகத் தொடங்கணும். பல உரையாடல்கள் அது சார்ந்து குடும்பத்திலும் வகுப்பிலும் நடைபெறணும். அரசியல்னா என்னன்னு எளிதில் புரியும்படி பாடத்திட்டத்தில் வைக்கப்பட்டு உரையாடல் நடைபெறணும் தென்றல்."

"வகுப்புல எதாவது பேசினா, வகுப்புல அரசியல் பேசக்கூடாதுன்னு சொல்லிடறாங்க அப்பா."

"அரசியலுக்கும் அரசியல் கட்சி சார்ந்து பேசறதுக்குமான வித்தியாசத்தை அனைவரும் முதலில் உணரணும். பதின்ம வயது என்பது இந்த உலகத்துல நடக்கிற விசயங்களைக் குறித்து கேள்வி எழுப்பும் வயது. கூடவே தனக்கான ரோல் மாடலைத் தேர்வு செய்து தனக்கான அடையாளத்தைக் கண்டடையத் தொடங்கும் தருணம் அது."

"சரியாக வழிகாட்டப்படலன்னா அது மூடத்தனமாக நடிகர்களின் அடையாளத் தேர்ந்தெடுத்தலில் முடியும். அவரின் நடிப்பை, உண்மைத்தன்மை இல்லாத பேச்சை, சினிமா மூலம் பின்தொடரத் தொடங்கிடுவாங்க. அந்த இடத்தைச் சமூகத்திற்காகப் பாடுபட்ட உள்ளூர் தலைவர்களை இட்டு நிரப்பணும். பொதுவாக அவர்களின் தந்தை, தாயையும் கூடவே பிடித்த ஆசிரியர்களையும் முன்மாதிரியாக எடுப்பர். அவர்களிடம் முன்மாதிரியாக எடுக்க வைக்கும் மனநிலையை உரையாடல் மூலம் மாற்றத்தை ஏற்படுத்தணும். பள்ளிகளில் தலைவர்களுக்கான விழா, நூலகத்தில் அவர்கள் குறித்த நூல்கள் உள்ளூரில் சமகாலத்தில் வாழும் பங்களிப்பாளர்கள் என இளந்தலைமுறைக்கு வழிகாட்டியாக அமையணும் கண்ணு."

"அப்போ ஒட்டுமொத்த சமூகமும் பொறுப்பெடுத்து பண்பாட்டு மாற்றம் கொண்டு வரணும்னு சொல்றீங்களா அப்பா?"

"சமூகத்தை முன்னோக்கி நகர்த்த நினைக்கும் அத்தனை பேரும் ஒன்றிணைந்து முன்னெடுக்க வேண்டிய விசயம் குறிப்பாகக் குடும்பங்களில் பள்ளிகளில் முன்னெடுக்கணும் தென்றல்."

“சட்டமன்றம், நாடாளுமன்றத்துல பிரதிநிதித்துவம் குறைவு எனச் சொல்றோம். மாறணும்னு சொல்றோம். அப்போ எப்போ பிரதிநிதித்துவம் அதிகரிக்கும் சொல்லுப்பா?”

“நம்ம ஊர்ல பொங்கல் விழா, இல்ல தலைவர் பற்றி விழா எடுக்கும் போது பெண்கள் முன்னெடுத்து, அட பங்கெடுத்தாவது பார்த்திருக்கயா? சொல்லு கண்ணு.”

“எனக்குத் தெரிந்து அப்படி ஒரு பொண்ணுகூட முன்னெடுத்ததில்லை. பெண்கள் பங்கெடுத்து நான் பார்த்ததுமில்லைப்பா. ஏன்?”

“பொதுவெளி அதிலும் குறிப்பாக அரசியல் வெளி என்பது ஆண் மையமாக ஆக்கப்பட்டிருக்கு. கீழ்மட்டநிலையே பெண்கள் பங்கெடுக்கலன்னா எங்கிருந்து எம்.எல்.ஏம், எம்.பி. வருவாங்க நீ சொல்லு கண்ணு?”

“அதென்னவோ நீங்க சொல்றது சரிதான்பா.”

“பொதுவாவே சமூகத்துல அரசியல் அறிவு குறைவா இருக்கு. பெண்களுக்கு அரசியலெல்லாம் எதுக்கு? பெண்ணுடலில் கௌரவம், புனிதம் எல்லாம் கட்டமைக்கப்பட்டிருப்பதால், அவள் வெளியே போனால் அது கெட்டுவிடும் எனச் சமூகம் புறக்கணிப்பதெல்லாம் மிகப்பெரிய பின்னடைவு, கிராம அளவுல பண்பாட்டுத் தளத்தில் பெண்களுக்கான வாய்ப்பு கொடுக்கப்படணும். அவர்களுக்கான வாய்ப்பு கொடுக்கப்படணும். அவர்களுக்கான உரிமைகளைப் பேசவாவது இந்தச் சமூகத்தில் அனுமதிக்கப்படணும்.”

“அரசியல் அறிவியல் படிப்பு ஏதோ கடைசியா தேர்ந்தெடுக்கிற மதிப்பில்லாத படிப்பா பார்க்கப்படுது. அரசியலை விரும்புபவர்களும் எடுத்துப் படிப்பதில்லை. விரும்பிப் படிக்கணும்னு இருக்கறவங்களுக்குப் படிக்கும் வாய்ப்பு பெற்றோரால் மறுக்கப்படலாம். படிப்பெல்லாம் வருமானம் கிடைக்குமா என்று பார்த்தே தேந்தெடுக்கப்படுவது வேதனைக்குரியது.”

“அரசியல்னா நேர்மையா இருக்க முடியாது. பல தில்லுமுல்லுகள் செய்யணும். அப்படிங்கிற எழுதப்படாத விதி வேற இருக்கு. அரசியலில் நேர்மையா இருக்கணுங்கிற விழிப்புணர்வு எல்லோர்கிட்டயும் வரணும்.”

“உங்களை மாதிரி அப்பா தன் குழந்தைக்குப் பொதுவெளியைப் பயில வாய்ப்பை ஏற்படுத்தணும். கிராம அளவிலிருந்து பெண்களுக்கு உரிமைகள் கேட்கும். அங்கீகரிக்கப்படும் வெளி ஏற்படணும். ஆனா, பல பெண்கள் பங்கெடுத்தால்தான் ஒரு போராட்டமே வெற்றி பெறுது.”

“நீ சொல்றது சரிம்மா. அதானலதான் சமூகத்துல பாதி எண்ணிக்கையில் இருக்கற பெண் சக்தியை இந்தச் சமூகம் பயன்படுத்தினாதான் முன்னேறும் கண்ணு. பெண்ணை வெளில விடாம வச்சிருந்தா சமூகம் தான் பின்னோக்கிச் செல்லும் தென்றல்.”

“நம் சமூகத்துல மாற்றம் நடக்கும்னு நான் நம்பறேன்பா. நேரு எழுதின உலக வரலாறு ஓர் பார்வை புத்தகத்தை நூலகத்துல பார்த்தேன். அதை எடுத்துப் படிக்கறேன். அப்புறம் அரசியல் தலைவர்கள் பற்றியும் படிக்கணும்னு ஆர்வம் வந்திடுச்சுப்பா. செய்தித்தாள் படிச்சிட்டு நண்பர்களோடு உரையாடறேன். அவங்களும் செய்தித்தாள் படிக்கத் தொடங்கிருப்பாங்கப்பா. சீரியல் பத்தி பேசிக்கிட்டிருந்த நட்புக்குழு இப்போ நாட்டு நடப்பைப் பேசறோம்பா” என்று பெருமிதத்துடன் சொன்னாள் தென்றல்.

இப்படியெல்லாம் அப்பா உரையாடியதன் விளைவோ என்னவோ அரசியல் அறிவியல் பாடப்பிரிவை கல்லூரியல் படித்து இன்று நகராட்சிக்கு சேர்மனாக வந்து அமர்ந்திருக்கிறாள் தென்றல். தன் அப்பாவின் உரையாடல்களை அசைபோட்டபடி நாளை நகராட்சிக் கூட்டத்திற்குத் தயாரானாள். மிக இளம் வயதில் அந்த நாற்காலியில் அமர்ந்த பெண் என்ற பெயரையும் பெருமையையும் கைக்கொண்டவள் தென்றல் என்று தொலைக்காட்சிப் பெட்டி ஊரெல்லாம் கூவ, அவள் பெற்றோருக்குப் பெருமிதம் ததும்ப, அவள் பலருக்கு முன்னோடியாக இருக்கிறாள் என்பதை மறுக்க முடியாது. மாற்றம் மலரட்டும். சமத்துவம் பரவட்டும்.

17 குழந்தைகளிடம் பொறுப்புகளை வழங்கலாமா?

"நம் பள்ளில வருடாவருடம் அரசு விழாவான விடுதலை நாள் அதாவது சுதந்திர நாளைச் சிறப்பாகக் கொண்டாடுவோம்னு தெரிஞ்சதுதான். அந்நாள்ல பெற்றோர், ஊர் மக்கள் என அனைவரும் பெருந்திரளா வந்து கலந்துக்கறாங்க. குழந்தைகளும் பல திறன்களில் பயிற்சி எடுத்துக்கிட்டு பிரம்மாண்டமா நிகழ்ச்சிகள்ல தன்னோட திறனை வெளிப்படுத்துவாங்க. இந்த வருடம் இதுநாள் வரை இல்லாத புதுமைகள் செய்வீங்கன்னு நம்புறேன். பேச்சுப்போட்டி, கலை நிகழ்ச்சிகள், சிலம்பம், கராத்தே என அனைத்து ஆசிரியர்களும் பொறுப்புகளைப் பிரிச்சிக்கிட்டு வழக்கம்போலச் சிறப்பா செய்ங்க. அதுக்குத் தேவையான பொருள்கள் என்னென்ன வேணுமோ பட்டியல் கொடுங்க, வாங்கிடலாம்" என்று தலைமை ஆசிரியர், ஆசிரியர் கூட்டத்தில் கூறினார்.

"மகிழ்ச்சி டீச்சர். போன நிகழ்ச்சியில ஒயிலாட்டம் சிறப்பா ஆடினாங்க. பல பேர் நம் குழந்தைகளைப் பாராட்டினாங்க. இந்த முறை நம் ஆதிகலைகளில் ஒன்றான கரகாட்டம் ஆடலாம்னு திட்டமிட்டிருக்கோம் டீச்சர். அதுக்குப் பொருள்கள் வாங்கணும்" என்றார் மலர்.

“நல்லது டீச்சர். கரகம் சற்றுச் சிரமமான கலைதான். கவனம் குவிச்சு ஆட வேண்டியது முக்கியம். நம்ம குழந்தைகள் பண்ணிடுவாங்கனு நம்பிக்கை இருக்கு. தேவையான பொருள்கள் பட்டியல் கொடுங்க” என்றார் தலைமை ஆசிரியர்.

“நம்ம குழந்தைகள் சிலம்பத்துல நிறைய வெரைட்டி பண்றாங்க. இந்த முறை இரண்டு கப்களிலும் தேநீரைச் சிந்தாம சுத்தறதைப் பண்ணலாம்ன்னு இருக்கோம் டீச்சர்” என்றார் கலை ஆசிரியர் இளங்கோ.

இப்படியாக ஒவ்வோர் ஆசிரியரும் பொறுப்புகளைப் பிரித்துக்கொண்டு இருந்தனர். “இந்த முறை குழந்தைகளிடம் நிகழ்வை ஒருங்கிணைத்தல், தொகுத்தல் பொறுப்பை வழங்கி குழந்தைகளைத் தயார்ப்படுத்தலாம் என நினைக்கிறேன் டீச்சர் “ என்றார் சுதா.

“மிஸ் நிகழ்ச்சிக்கு நிறைய பேர் வருவாங்க, குறிப்பாகப் பெற்றோர். சிறப்பாகச் செய்யலன்னா மக்கள்கிட்ட குறிப்பாகப் பெற்றோர் கிட்ட கெட்டப் பெயர் வந்திடும் மிஸ். இந்த மாதிரி புது முயற்சியெல்லாம் எதுக்கு மிஸ்? அவங்க சின்னப்பசங்க. அவங்களுக்கு என்ன தெரியும்? நாம ஆசிரியர்களே பண்ணிடலாம் மிஸ்” என்றார் ராமு ஆசிரியர்.

“ஆமா மிஸ். சின்னப் பசங்க அவஙகளுக்கு ஏதும் தெரியாது. விளையாட்டுப் போக்குல எதையாவது செஞ்சு சொதப்பிடுவாங்க. நீங்க வேற அவங்ககிட்ட பொறுப்பைக் கொடுக்கறேன்னு சொல்றீங்க” என்றார் கலியமூர்த்தி ஆசிரியர்.

இப்படியாக விவாதங்கள்... ஆசிரியர்கள் கூட்டத்தில் அனல் பறந்தது.

“சார், குழந்தை பொறந்ததுல இருந்து மூளை அவங்களோட 25 வயது வரை வளர்ந்தே முழுமை அடையுது. அதுவரை வளர்ந்துகிட்டேதான் இருக்குது. இந்த வளரிளம் பருவத்துல மூளை முழுமையா வளர்ச்சி அடையாமத்தான் இருக்குது. அவங்க தனித்துச் சில பொறுப்புகளை எடுத்துச் செய்வதன்மூலம் இன்னும் அதிகச் சிந்தனைத்திறனோட வளரும். அப்போ அவர்களிடம் பொறுப்பை வழங்கி, தனித்துச் செயல்படுத்துதல் போன்ற வாழ்வியல் திறன்களை வெளிப்படுத்த வாய்ப்புகளை ஏற்படுத்துதல் நம் கடமைதானே?. அதைத் தினசரி வகுப்புகளிலும்

நாம் செய்யணும். இதுபோன்ற நிகழ்வுகளில் அதை வெளிப்படுத்த வாய்ப்பு கிடைக்குது. அது மட்டுமில்லாது கலைகளில் குழந்தைகள் அதீத ஆர்வத்துடன் பங்கெடுப்பாங்க. மேலும் இதுபோன்ற நிகழ்வுகள்ல பொறுப்பை எடுத்துச் செய்யும்போது அவங்களுக்கான பொறுப்பினை உணர்ந்து செயல்படுவது பற்றிப் புரிதல் வரும். இது போன்ற அனுபவங்கள், வளர்ப்புகள்தாம் அவங்க மூளை வளர்ச்சில முக்கிய பங்கு வகிக்குதுன்னு ஆய்வாளர்கள் சொல்றாங்க. அவங்க பொறுப்புகளைப் புரிந்து வளர்வதற்கான வாய்ப்புகள், அனுபவங்கள் பெற, நாம வாய்ப்புகளை ஏற்படுத்திக் கொடுக்கணும். இதைப் பெற்றோரும் குடும்பங்களில் செய்யணும். ஆனா, நம்ம குழந்தைகள் பெரும்பாலும் விளிம்புநிலை குழந்தைகளாக இருப்பதால் அவங்க பெற்றோர் தன் பெரும்பாலான நேரத்தைப் பொருளீட்டல்லயே செலவிட வேண்டியிருக்கு. நாம் அவங்களுக்கு அதிக கவனம் எடுத்து செய்யணும் இல்லையா?" என்றார் சுதா.

"மிஸ், நீங்க சொல்றது ஓரளவு ஏத்துக்க முடியும்னாலும், அவங்க தப்புத்தப்பா பண்ணினா நமக்குத்தான அசிங்கம்? சரியா செய்வாங்களா? " என்றார் கலியமூர்த்தி.

"சார், நாம் செய்யும்போதும் தவறு நடக்கத்தான் செய்யுது. நாமளே முதல் முறை செய்யும்போது தவறுகள் இல்லாம செஞ்சிடுவோமா? அவர்களிடம் நிகழ்வை ஒருங்கிணைத்தல், தொகுத்தல் பொறுப்புகளைக் கொடுப்போம். என்னென்ன தவறு ஏற்பட வாய்ப்பிருக்குன்னு முன்கூட்டியே சொல்லி அந்தப் பிழை ஏற்படாம இருக்க உரையாடுவோம். நிகழ்வுக்குப் பிறகு பிழை ஏற்படின் அது குறித்து உரையாடுவோம். அடுத்த நிகழ்வுல எப்படிச் சரிசெய்யறதுன்னு பேசுவோம். இநதப் பருவம் தனித்து அடையாளம் தேடக்கூடிய பருவம். குழந்தைகளிலிருந்தே சின்னச் சின்ன விஷயங்களைச் செய்யப் பழகி இருக்கணும். இந்தப் பருவத்துல மிக இன்றியமையாம வாய்ப்புகளை ஏற்படுத்தணும்."

"இதுல நான் ஒன்னு யோசிக்கறேன். இதைச் செஞ்சு பார்ப்போம். கொஞ்சம் அதிகம் மெனக்கெட வேண்டியிருக்கும்னு நினைக்கறேன். இதுல நல்லா படிக்கறவங்கதான் பொறுப்பா செய்வாங்கன்னு இல்லாம, பொறுப்பை வளர்க்கணும்னு நினைக்கற குழந்தைகள், விரும்பிப் பொறுப்பை ஏற்றுச் செய்யணும்னு நினைக்கற குழந்தைகள் என அனைவருக்கும் வாய்ப்பு வழங்கப்படணும். ஒவ்வொரு குழந்தைக்கும் ஒவ்வொரு திறன் இருக்கும், அதன்

அடிப்படைல நாம் வாய்ப்புகள் வழங்கலாம்னு யோசிக்கறேன்" என்றார் கலியமூர்த்தி.

"மகிழ்ச்சி சார். நீங்க சொன்னது எனக்கும் உதவியா இருக்கும். நீங்க சொன்ன யோசனையையே நடைமுறைப்படுத்திடுலாம்னு நினைக்கிறேன்" என்றார் சுதா.

"டீச்சர் சோதனை முயற்சியா நிகழ்வை ஒருங்கிணைக்கறது, நிகழ்ச்சியைத் தொகுத்து வழங்கறதைக் குட்டிகள் கிட்ட கொடுக்கலாம், ஒட்டு மொத்த நிகழ்ச்சி தொகுத்தல் ஆசிரியர்களே பண்ணிடலாம் " என்றார் கலியமூர்த்தி.

"சரிங்க சார். மற்ற ஆசிரியர்கள் என்ன சொல்றீங்க? அதற்காக கலியமூர்த்தி சாரும் சுதா டீச்சரும் பொறுப்பு எடுத்துக்கிடட்டும். வேற யாராவது எடுத்துச் செய்யறதுனாலும் சொல்லுங்க" என்றார் தலைமை ஆசிரியர்.

"எடுத்துச் செய்யட்டும் டீச்சர். நாங்களும் உதவி செய்யறோம்" என மற்ற ஆசிரியர்களும் கூற, பள்ளி வளர்ச்சி, குழந்தைகள் முன்னேற்றம் போன்ற வேறு பல விஷயங்களை உரையாடி கூட்டத்தை முடித்தனர்.

நிகழ்ச்சிக்குப் பொறுப்பு ஆசிரியர்களான சுதாவும் கலியமூர்த்தியும் குழந்தைகளை ஒரு வகுப்பில் நிகழ்ச்சி சார்ந்து சில விஷயங்கள் கலந்து பேச ஒருங்கே அமர வைத்திருந்தனர். ஆசிரியர் கூட்டத்தில் பேசிய விஷயங்களைக் குழந்தைகளுடன் பகிர்ந்துகொண்டிருந்தனர்.

"நிகழ்ச்சிக்கான பயிற்சி எடுத்துக்கொண்டிருக்கும் போது, நிகழ்ச்சியில இருக்கற குழந்தைகள் மட்டும் இருங்க. மத்தவங்க அவங்கவங்க வகுப்புல இருங்க. பயிற்சி நடக்க ஒத்துழைப்பு கொடுத்தீங்கன்னாதான் நம்மால நிகழ்சியைச் சிறப்பா செய்ய முடியும். நீங்க என்ன சொல்றீங்க?" என்று சுதா முடிக்கும் முன்னே...

"நிச்சயம். ஒத்துழைப்போம் மிஸ்."

"மகிழ்ச்சி. கலைநிகழ்ச்சிகளை ஒருங்கிணைக்கும், தொகுக்கும் பொறுப்பு, சிலம்பம் ஒருங்கிணைத்தல், தொகுத்தல் இதுல யார்யாருக்கெல்லாம் விருப்பம் இருக்கோ அவங்க பெயர் கலியமூர்த்தி சார்கிட்ட கொடுங்க. சிலம்பம் ஒருங்கிணைத்தல் பொறுப்பைச் சந்திரவதனா பண்ணலாம்னு நான் பரிந்துரைக்கிறேன்.

எல்லோரும் என்ன சொல்றீங்க?" என்றார் சுதா.

"சரிங்க மிஸ், சந்திரவதனா பண்ணட்டும். அவதான் சிலம்பத்துல பெரிய ஆர்வத்தோட இருக்கா. அவ செய்தா சரியா இருக்கும்," என ஆகாஷ் சொல்ல, ஏனைய குழந்தைகளும் அதை ஆமோதித்தனர்.

ஒவ்வொரு பொறுப்பை எப்படிச் செய்ய வேண்டும், என்ன சிக்கல் வரும்? அதை எப்படிச் சரி செய்ய வேண்டும் என்று பொறுப்பேற்ற குழந்தைகளுக்களுடன் பொறுப்பாசிரியர்கள் உரையாடிக் கொண்டிருந்தனர்.

"இதுல இவ்ளோ விஷயங்கள் இருக்கா? நான் ஏதோ எளிமையாக நீங்க செஞ்சிடறீங்கனு இவ்ளோ நாளா நினைச்சிட்டு இருந்தேன். இப்போதான் நாங்களே செய்யணும்னு வரும்போது எங்களுக்கும் தெரியுது" என்றாள் லீஷ்மா.

பொதுவாக எதையும் ரொம்ப நேர்த்தியாகச் செய்ய நினைக்கும் சுதா, குழந்தைகளை எப்படித் தயார்ப்படுத்துவார்கள் என்று தெரியவில்லை. ஆனால், முதல்முறை குழந்தைகள் செய்யும்போது இருக்கும் தயக்கம் சுதாவுக்குப் புரியாமல் இல்லை. நிகழ்ச்சியில் ஒவ்வொருவரும் பொறுப்பேற்று செயல்படுத்தும் விதம் பொறுப்பாசிரியர்களுக்குச் சவாலான பணிதான். ஆனா, சுகமான பணியும் கூட. பொறுத்திருந்து பார்ப்போம்!

18 குழந்தைகள் ஆளுமைகளாக வழிகாட்டுவோம்!

சுதந்திர தினத்திற்கு ஒவ்வோர் ஆசிரியரும் நடனம், நாடகம், கவிதை, பாடல் என்று நிறைய நிகழ்ச்சிகளைத் தயார் செய்துகொண்டிருந்தனர். நிகழ்ச்சிக்கு இரு தினங்களே இருந்தன. நிகழ்ச்சிகளை இறுதிப்படுத்திக்கொண்டிருந்தனர் ஆசிரியர்கள்.

தொகுப்புரை வழங்க இருக்கும் குழந்தைகளிடம் நிகழ்ச்சிகளின் பட்டியலை ஒவ்வோர் ஆசிரியரிடமும் கேட்டுத் தொகுக்கச் சொல்லி, யார் எதைத் தொகுக்கிறோம் என்று திட்டமிட்டுக்கொள்ளச் சொன்னார் சுதா.

“ஒரு நிகழ்வுக்கு அறிமுக உரை வழங்க, அந்த நிகழ்வைப் பற்றி அந்தந்த ஆசிரியரிடம் கேட்டுத் தெரிந்துகொண்டு அறிமுகம் செய்யுங்க. தேவைன்னா என்கிட்ட உதவி கேளுங்க” என்று ஆசிரியர் சுதா சொன்னார்.

“நானும் நிகழ்வுகள் பட்டியலை எடுக்கறேன். அதுக்கு என்ன பாடல் பின்னணில இசைக்கணும்னு சிலம்பம் ஆசிரியர்கிட்ட ஆலோசனை கேட்டுக்கறேன் மிஸ்” என்று சிலம்பம் நிகழ்ச்சியை ஒருங்கிணைக்கும் சந்திரவதனா சொல்ல, சுதாவுக்கு வியப்பாக இருந்தது.

இதுதான் குழந்தைகளின் கற்றல் என அகம் மகிழ்ந்தார்.

நிகழ்ச்சி பொறுப்பாளர்கள் சோர்வு தட்டாமல் இருக்க பேச்சு, பாடல், சிலம்பம் எனக் கலந்து வரிசைப்படுத்திக்கொண்டிருந்தனர். ஒரு நிகழ்ச்சியில் இருக்கும் குழந்தைகள் வேறொரு நிகழ்ச்சியில் இருப்பின், ஒப்பனை செய்து தயாராக ஏதுவாகவும் பட்டியல் அமைக்கப்பட்டது.

நிகழ்ச்சிக்கு முதல் நாளே தலைமை ஆசிரியரும் ஆசிரியர்களும் நிகழ்ச்சிகளை வரிசையாக முன்னோட்டம் பார்த்து உறுதிப்படுத்தினர்.

நிகழ்ச்சி அன்று வரவேற்பது, நிகழ்சிக்கான தயாரிப்பு எனப் பல விஷயங்களுடன் அனைவரும் பரப்பரப்பாக இயங்கிக் கொண்டிருந்தனர். நிகழ்ச்சிகளை வரிசையாக நடத்திக் கொண்டிருந்தனர். ஏதாவது சுணக்கம் ஏற்பட்டாலும் மாற்றத்திற்கு உட்படுத்தி சிறப்பாக நடத்தி முடித்தனர் பொறுப்பாளர்கள்.

மறுநாள் தலைமை ஆசிரியர், "நிகழ்ச்சிகளை நாம் எதிர்பார்த்ததைவிடச் சிறப்பாகச் செய்தனர் நம் பிள்ளைகள். குழந்தைகளே பொறுப்புகளை ஏற்று சிறப்பாகச் செயல்பட்டது குறித்து பெற்றோர் மகிழ்ச்சி தெரிவித்தனர். அனைத்து ஆசிரியர்களுக்கும் பாராட்டுகளும் வாழ்த்துகளும்" என்றார் மகிழ்ச்சி பொங்க.

"ஆமா டீச்சர். சுதா சொன்ன பிறகு நான் மூளை குறித்தும் வளர் இளம்பருவத்தில் மூளை வளர்ச்சி குறித்தும் படித்தேன். இதனாலதான் பொறுப்புகளைக் குழந்தைகள் தனித்து செய்யச் சொல்லி நமக்கு வழிகாட்டியிருப்பாங்கன்னு நினைக்கிறேன்" என்றார் ராமு.

பொறுப்பு கொடுப்பதைக் கடுமையாக எதிர்த்த ஆசிரியர், இன்று அதற்காகத் தகவல்களைத் தேடிப் படித்துவிட்டு அறிவியலின் துணைகொண்டு பேசுவது குறித்து சுதாவுக்கு ஆச்சரியமும் மகிழ்ச்சியுமாக இருந்தது. மாற்றம் ஒன்றே மாறாதது என்ற பேராசான் காரல் மார்க்ஸின் வரிகள் நினைவுக்கு வந்தது.

"ஒருவரின் மூளை முழுமையாக வளர்ச்சியடைய 25 வயது வரை ஆகிறது. அதிலும் மூளையின் பகுதியான மெடுல்லா ஆப்லங்கேட்டா மற்றும் பெருமூளை முதிர்ச்சியில் வேறுபாடு இருக்கிறது. அதாவது புரியும்படி சொல்லணும்னா மெடுல்லா

ஆப்லங்கேட்டா பகுதி மூளையின் கீழ் அமைந்துள்ளது. அது உணர்ச்சிகளான கோபம், மகிழ்ச்சி, சோகம், துணிந்து செயல்படுவது போன்ற பலவிதமான செயல்களைக் கட்டுப்படுத்துகிறது. இந்தப் பகுதியின் செயல்பாடுகளை பெருமூளையின் செயல்படுகளான பகுத்தறிதல், சீர்தூக்கிப் பார்த்தல் போன்ற பல செயல்பாடுகளால் நெறிப்படுத்துகிறது. ஆனால், 25 வயதுக்கு முன்புவரை மெடுல்லா வளர்ந்த அளவுக்குப் பெருமூளை வளர்ந்திருப்பதில்லை. அதனாலேயே இந்த வயதில் மெடுல்லாவின் ஆதிக்கமாக உணர்ச்சி பிழம்பாகவும் துணிந்து செயல்படுதல் போன்றவை எல்லாம் அதிகமாக இருக்கிறது” என்று தொடர்ந்தார் ராமு.

“மிக்க மகிழ்ச்சி சார். நானும் இதைப் பற்றி அறிந்திருந்தாலும் நீங்க இன்னும் அதிகமாகப் படிச்சிட்டு தெளிவா விளக்கிட்டீங்க” என்றார் சுதா.

“சார், நீங்க சொல்றது எனக்கு ரொம்ப புது விஷயமா இருந்தது. அப்போ மூளை இன்னும் வளராத குழந்தைகளிடம்தான் இது வரல, அது பிரச்சனைன்னு நாம மல்லுகட்டிக்கிட்டு இருக்கோமா? அடக்கொடுமையே! நானும் குழந்தைகள் சார்ந்து நிறைய தெரிஞ்சுக்கப் போறேன். ஆனா, எனக்கொரு சந்தேகம் சார். மூளை இந்த வயசுல எப்படி இருக்குன்னு சொல்லிட்டீங்க. இந்த மெடுல்லாவை நெறிப்படுத்த பெருமூளை வளர நாம் என்னென்ன செயல்பாடுகள் குழந்தைகளுக்குக் கொடுக்கணும்? இல்ல தானா வளர்ந்து சரியாயிடுமா? இதைப் பத்தி தெரிஞ்சா சொல்லுங்க சார்” என்று உரையாடலை முக்கியமான இடத்துக்கு நகர்த்தினார் கலியமூர்த்தி.

“அருமையா அனைவருக்கும் தேவையானதைக் கேட்டிருக்கீங்க. மெடுல்லாவின் உணர்ச்சிபிழம்பான செயல்பாடுகளைப் பெருமூளை வளர்ந்து அதன் செயல்பாடுகளான *Logical, Rational Thinking* போன்றவை மூலம் நெறிப்படுத்த முடியும். அதற்கு நாம குழந்தையிலிருந்தே தனித்து முடிவெடுக்க, செயல்பட வாய்ப்பு வழங்கணும். அதுவும் வளரிளம் பருவத்துல அவங்களாகவே தனித்து செயல்பட்டு முடிவெடுக்க விரும்புவாங்க. அப்போ பெருமூளை சிறப்பாக வளரும். அத்தகைய குழந்தைகளும் சிறந்த ஆளுமையா வளருவாங்க. தனித்த அடையாளத்தோட அவர்களும் சாதிப்பாங்க. சமூகத்துக்கான பங்களிப்பையும் செலுத்துவாங்க” என்றார் ராமு.

“அப்போ அவர்களை அப்படியே தனியே விட்றணும்னு சொல்றீங்களா? அதெப்படி சார் சரியா இருக்கும்?” என்றார் தலைமை ஆசிரியர்.

“சிறுவயசுல சில விஷயங்களைத் தனித்துச் செயல்பட பழக்கலாம். தான் அணியும் துணிகளைத் தேர்ந்தெடுத்தல், வளரிளம் பருவத்துல தனித்துச் செயல்பட வழிகாட்டிட்டு, பிழை செய்யின் அப்பவே குறுக்கிடாம அதற்குப் பிறகு அந்தச் செயல் குறித்து உரையாடலாம். இந்த உரையாடல் அவர்களோட செயல்பாட்டை நெறிப்படுத்தும். அதைவிடுத்து நாம் அறிவுரை வழங்கிட்டே இருந்தோம்னா அவர்கள் அதை என்னவென்றுகூடக் கேட்க மாட்டார்கள். மாறாகத் தன்னை மனிதனாக அங்கீகரிக்காதது போல உணர்கிறார்கள். அவர்களை அங்கீகரித்து பொறுப்புகள் வழங்கி பெருமூளையை வலுப்படுத்துவோம்” என்றார் ராமு.

“சந்திரவதனா வகுப்புல அமைதியாத்தான் இருப்பா, எதாவது படிக்கச் சொன்னா அமைதியாவே இருப்பா. சிலம்பம் நிகழ்ச்சியை அற்புதமா ஒருங்கிணைச்சிருந்தா. தைரியமா குழுக்களை வழிநடத்தறதைப் பார்க்கும்போது எனக்கே வியப்பா இருந்தது. இப்போ வகுப்புலயும் முன்னின்று பேசறா, படிக்கறா. அவளைப் படிக்கலன்னு குறை சொல்லிக்கிட்டிருந்த அவங்க அம்மா நம்மைப் பாராட்டினாங்க. அது மாதிரியே நிகழ்ச்சியைத் தொகுத்து வழங்கின குழந்தைகளுக்கும் பெரிய நம்பிக்கை வந்ததை உணர முடிந்தது. நாம் அனைவரும் வளரிளம் குழந்தைகள் குறித்து நிறைய வாசிப்போம். அவர்களைப் புரிந்துகொள்வோம். என்ன நான் சொல்றது சரிதானே? உங்ககிட்ட நிறைய தெரிஞ்சுக்கிட்டேன். இப்படிப்பட்ட ஆசிரியர்களோட பணிபுரிவது பெருமகிழ்ச்சியும் பெருமையும்கூட” என்றார் தலைமை ஆசிரியர்.

“மகிழ்ச்சி. நாங்களும் குழந்தைகளைப் புரிந்துகொள்ள வாசிக்கிறோம். கல்வியும் அவர்களுக்கேற்ற மாதிரி அமைந்தா குழந்தைகள் சிறந்து விளங்குவாங்க. நம் சமூகமும் கல்வியில் வளர்ந்து முன்னோக்கி வீறுநடை போடும்ங்கிறத மறுக்க முடியாது. மாற்றம் வர அனைவரும் சேர்ந்து குரல் கொடுப்போம்” என்றார் சுதா ஆசிரியர்.

அருமையான இன்றியமையாத உரையாடலாக இருந்தது எனக் கூறிய தலைமை ஆசிரியர் மேலும் பல பள்ளிச் செயல்பாடுகள் குறித்து ஆலோசித்துவிட்டு, கூட்டத்தை முடித்துக்கொண்டனர்.

19. பெண்களுக்கு முடிதான் அடையாளமா?

ஊரெங்கும் பொங்கல் திருவிழா கொண்டாட்டங்கள் களைகட்டியிருந்தன. பொன்னியும் சிவாவும் துறுதுறுவென வீட்டில் சுற்றிக்கொண்டிருந்தனர். அவர்களுடைய அம்மாவும் அப்பாவும் பரபரப்பாக விருந்து தயாரித்துக் கொண்டிருந்தனர்.

"சரி, ஊர்ல சமத்துவப் பொங்கல் வைக்கப்போறாங்க. குழந்தைகளுக்கு விளையாட்டுப் போட்டிகளும் வைக்கப்போறாங்களாம். மைக்ல சொல்லிக்கிட்டு இருக்காங்க. சீக்கிரம் ரெண்டு பேரும் கிளம்புங்க செல்லங்களா" என்று வாசலில் பொங்கல் வைப்பதற்காகத் தயாராகிக்கொண்டிருந்தார் அம்மா.

"பொன்னி குளிச்சிட்டு முடியைக் காய வைச்சிட்டுக் கிளம்பறதுக்குள்ள எனக்கு நேரம் ஆகிடும். நான் கிளம்பறேன். அவ பின்னாடி வரட்டும்மா" என்று சிவா சொல்ல, "அவளுக்கு அழகே அவளோட நீளமான முடிதான். குளிச்சிட்டு, காய வச்சிட்டு வந்துடுவா. இருந்து கூட்டிக்கிட்டுப் போ" என்று அம்மா சொல்ல, அரைமனதோடு காத்திருந்தான் சிவா.

பொன்னிக்கும் அவள் நீண்ட கூந்தலைப் பராமரிப்பதில் தனி ஈடுபாட்டை ஏற்படுத்தியிருந்தனர். பலரும் அவள் முடியைக் கண்டு ஆச்சரியப்படுவர். அவளுக்கோ பெருமிதம் தாளாது. அவள் அம்மாவும் தன் மகளின் நீண்ட கூந்தலை எண்ணி பெருமிதமடைவார்.

அம்மா பொன்னியைக் குளிக்க வைத்து, முடியை உலரவைத்து, பின்னி, பூ வைத்து அலங்காரம் பண்ணுவதை நெடுநேரம் பார்த்த சிவாவுக்கு எரிச்சலாக இருந்தது . "ம்... பாப்பாவைக் கூட்டிக்கிட்டு போ" என்று அம்மா சொன்னதும் கிளம்பினான் சிவா.

"இன்னும் தொடங்கி இருக்காது. ரெண்டு பேரும் சீக்கிரம் போங்க" என அம்மா சொல்ல இருவரும் விழா நடக்கும் இடத்திற்குச் சென்றனர்.

"சமத்துவப் பொங்கல் விழா தற்பொழுது நடைபெற்றுக் கொண்டிருக்கிறது. பொங்கல் வைக்க ஆரம்பிக்கலாம். சாதி, மதம், ஏழை, பணக்காரர் என எந்தப் பாகுபாடில்லாது அனைவரும் சேர்ந்து வைத்து மகிழும் பொங்கலே சமத்துவப் பொங்கல். பொங்கல் தமிழர்களின் அறுவடைத் திருநாள். தமிழ்ப் புது வருடம் பிறப்பதும் கூட இன்றுதான். அனைவருக்கும் பொங்கல் மற்றும் தமிழ் புத்தாண்டு வாழ்த்துகள். பொங்கல் வைத்து முடித்ததும் குழந்தைகளுக்கான விளையாட்டுப் போட்டிகள் நடைபெற இருக்கிறது. பெரியவங்க, பெண்கள் என அனைவருக்கும் போட்டிகள் இருக்கு. வெற்றி பெற்றவர்களுக்குப் பரிசும் இருக்கு" என விழா ஏற்பாட்டாளர்கள் மூச்சுவிடாமல் குதூகலத்துடன் ஒலிவாங்கியில் கூறிக்கொண்டு இருந்தனர். பொன்னி உன்னிப்பாக அறிவிப்புகளைக் கவனிப்பதைச் சிவா கவனிக்கத் தவறவில்லை.

இருவரும் மகிழ்வோடு போட்டிகளில் கலந்துகொண்டு பரிசுகள் பெற்றனர். வீட்டிற்குச் சென்று அம்மாவிடம் காட்டி மகிழ்ந்தனர்.

"அம்மா, முடி நீளமா இருக்கறதால விளையாடும்போது சிரமமா இருந்துச்சுமா. வேகமா ஓட முடில. பல போட்டிகளில் பரிசு வாங்க முடியாம போச்சுமா" என்று வருத்தத்தைப் பகிர்ந்தாள் பொன்னி.

"பொண்ணுக்கு முடிதான் அழகு. அதுவும் யாருக்கும் இல்லாத அளவுக்கு உன்னோட முடி நீளமா இருக்கு. அதைப் போய் இப்படிச் சொல்றீயே... அவங்கவங்க முடியே இல்லன்னு வருத்தப்படறாங்க.

உனக்கு இயற்கை அளித்த வரம்டா. அப்படில்லாம் பொண்ணு சொல்லக் கூடாதுடா குட்டி. முடியோடவே பரிசு வாங்கப் பழகணும். பொண்ணு நினைச்சா முடியாதது ஒண்ணுமில்ல. அடுத்த முறை பரிசு நிறைய வாங்கலாம். கவலைப்படாதடா செல்லம்" என்றார் அம்மா.

"அண்ணன் என்னைவிட நிறைய பரிசுகள் வாங்கியிருக்கான். எனக்கு இந்த முடியை வைச்சுக்கிட்டு விளையாட சிரமமா இருக்குதுன்னு சொன்னா கேட்க மாட்டிங்கிறீங்க" என்றாள் பொன்னி.

"சரி, வாங்க சோறு சாப்பிடலாம். விளையாடிட்டுப் பசியோட வந்திருப்பீங்க" என்று அம்மா பொன்னியின் மனதை மடைமாற்றம் செய்ய அவளும் சாப்பிடக் கிளம்பிவிட்டாள்.

அதற்குப் பிறகு பொன்னியும் முடியைப் பற்றி எதும் சொல்லவில்லை. வழக்கம்போல பள்ளி செல்வதும் வருவதுமாக இருந்தாள்.

ஒருநாள் எட்டாம் வகுப்பில் அவளது உடற்கல்வி ஆசிரியர் அழைத்து, "நீ கபடி நல்லா விளையாடற. பயிற்சியெடுத்தா மாவட்ட, மாநிலம்னு போட்டிகள்ல கலந்துகிட்டு வெற்றி பெறுவ. பயிற்சி எடு கபடி வசப்படட்டும்" எனச் சொன்னதும் கால்கள் வானத்தைத் தொட்ட உணர்வு. அதை அப்படியே அம்மாவிடம் சொல்லிப் பூரித்தாள்.

"காலையும் மாலையும் பயிற்சி எடுக்கணும்மா. ஆசிரியர் சொல்ற உணவு முறைகளைப் பின்பற்றணும். நொறுக்குத் தீனிகளை அறவே தவிர்க்கச் சொல்லியிருக்கார்" என்று பட்டியலிட்டாள் பொன்னி.

பெற்றவர்களுக்கு மகிழ்ச்சியாக இருந்தது. அப்பா பொன்னி உடல் வலுவிற்காக நிறைய முந்திரி, பாதாம் போன்ற பருப்புகளை வாங்கிவந்தார்.

பயிற்சியின் போது தனது நீண்ட முடியைச் சுருட்டிக் கட்டிக்கொண்டே விளையாடுவாள். கபடி பயிற்சி, படிப்பு எனக் கடும் நேர நெருக்கடியில் உழன்றபோதும் நீண்ட முடியைப் பராமரித்தே காலம் நகர்த்தியிருந்தாள் பொன்னி.

அன்று வட்டார அளவிலான போட்டிக்குச் சென்றிருந்தனர். பள்ளியில் நடைபெறும் போட்டிகளில் எப்போதும் பொன்னியின்

கையே ஓங்கியிருக்கும். பொன்னி இருக்கும் அணி வெற்றி வாகை சூடும் என்பது எழுதப்படாத விதி ஆனது.

முதல்முறையாக அந்த விதியைத் தகர்த்தது வலுவான இன்னொரு பள்ளி அணி. தன் பள்ளி வெற்றி பெறக் கடுமையாகப் போராடினாள் பொன்னி. இறுதியில் ஓர் ஆட்டத்தின் போது தனது முடியை இழுத்து எதிர் அணி பொன்னியை அவுட்டாக்கி இருந்தது. தோல்வியே கண்டிராத பொன்னிக்கு, முடியால் தோற்றதை ஏற்றுக்கொள்ள முடியவில்லை. அடுத்த கட்டப் பயிற்சிகளைத் தீவிரமாகத் தொடங்கினாள்.

“இன்று மாநில அளவில் வென்ற கபடி வீரர் லோகேஸ்வரி வந்து, உங்களுக்குப் பயிற்சி அளிக்கப் போறாங்க. அவங்க என்னோட முன்னாள் மாணவர்தான். அனைவரும் பயிற்சிக்கு வந்துடுங்க” என்று ஆசிரியர் சொன்னதும் குழந்தைகள் மகிழ்ச்சியில் ஆழ்ந்தனர்.

லோகேஸ்வரி மாநில கபடி அணியில் பங்குபெற்று தொடர்ந்து வெற்றிகளை ஈட்டிவருபவர். அரைக்கால் சட்டை, டீ சர்ட் அணிந்து குட்டை முடியுடன் வந்திருந்தார்.

கபடி விளையாட்டின் நுணுக்கங்களைக் குழந்தைகளுடன் விளையாடி, கற்றுக் கொடுத்தது நம்பிக்கையை அளித்திருந்தது.

“நீங்க ரொம்ப அருமையா ஆடறிங்க! உங்க ஆட்டத்துல சின்ன தயக்கம்கூட இல்லாம எதிர் ஆட்டக்காரர்களை அலாக்காகப் பிடிக்கறீங்க. நீங்களும் எதிர் ஆட்டக்காரர்களிடம் சிக்காம நழுவிடறீங்க. நீங்க எங்களுக்கு மிகப் பெரிய இன்ஸ்பிரேஷன். வட்டார அளவில நடந்த போட்டில நாங்க தோத்துட்டோம். இறுதி ஆட்டத்துல என்னோட முடி சிக்கி நான் அவுட் ஆகிட்டேன். அப்படியே படிப்படியா எங்க அணி அவுட் ஆகி தோத்துட்டோம். நீங்க இப்படிக் குட்டையா முடி வெட்டியிருக்கீங்களே, உங்க வீட்ல எப்படி விட்டாங்க?” என்றாள் பொன்னி.

“நானும் ஒரு சாதாரண, விளையாட்டுப் பற்றியெல்லாம் அறிமுகம் இல்லாத குடும்பத்தில் பிறந்தவதான். எனக்கு முடியைக் குட்டையா வெட்டிக்கிட்டா பல விஷயங்களில் இருந்து பெண்கள் விடுபடலாம்ன்னு தோணுச்சு. ஒரு நாள் திடீர்ன்னு முடியைக் குட்டையா வெட்டிக்கிட்டு எங்க அம்மா முன்னாடி போய் நின்னேன். அவ்ளோதான், அன்னிக்கு

என்னை அவங்க பேசினது ஒருபுறம்னா என் சொந்தக்காரங்க என்னென்னவோ பேச என்னைச் சமூக ஒதுக்கலுக்கே கொண்டு போய்ட்டாங்க தெரியுமா? அவங்க சொன்னதெல்லாம் கேட்டு என் நெஞ்சே வெடிச்சிருச்சு பொன்னி. மாற்றம் எளிதா வந்திடறதில்லதான்" என்று சொன்ன லோகேஸ்வரியைப் பார்த்து பொன்னி, "முடியைக் குட்டையா வெட்றதுல இவ்ளோ சிக்கல் இருக்கா? ஆண்களெல்லாம் குட்டையாத்தான முடி வைச்சிக்கிறாங்க. இந்தச் சமூகம், பொண்ணுன்னா நீளமான முடியை அடையாளம்னு விதி ஒண்ணை வச்சிருக்கு. ஆண், பெண் வேறுபாடு எப்படிக் கண்டுபிடிக்கறதுன்னும் சொல்றாங்க. முடியைக் குட்டையா வெட்டிக்கிட்டா பொண்ணே இல்ல ஆண் மாதிரி ஆயிட்டன்னு சொல்லிடறாங்க. நீங்க வெட்டியிருக்கிற கட்க்கு பேரே பாய்கட்தானே! அப்புறம் உங்களைச் சும்மாவா விட்டுட்டாங்க உங்களைப் பெத்தவங்களும் சொந்தக்காரர்களும்" என்றாள் பொன்னி.

"நான் என்னோட விளையாட்டுக்கும் எனக்கும் விருப்பப்பட்டபடி, சௌகரியமாக முடியை வெட்டிக்கிட்டேன். ஆனா, நான் சந்திச்ச பிரச்னைகள் சொல்லி மாளாது" என்று பெருமூச்சுவிட்டார் லோகேஸ்வரி.

20 பெண்களுக்கு நீண்ட முடிதான் அடையாளமா?

பகுதி - 2

“தொடக்கக் காலங்களில் ஆண், பெண்ணுன்னு வேறுபாடில்லாம முடி வளர்த்திருந்தனர். காலமாற்றத்திற்கேற்ப ஆண்கள் பண்பாடு மாற்றத்திற்குட்பட்டு முடியை வெட்டிக்கொண்டனர்” என்றார் லோகேஸ்வரி.

“என்னது ஆண்கள் முடி வளர்த்தாங்களா? இப்பல்லாம் நீட்டமா முடி வளர்த்தா நீ என்னடா பொண்ணான்னு கேட்பாங்களே! ஆண்கள் ஏன் முடியை வெட்டிக்கொண்டனர்? ஆண்கள் இப்போ மாறியிருக்கும் போது பெண்கள் முடி வெட்டாம இப்படி ஏன் வளர்த்தாங்களோன்னு தெரியலையே? இல்லன்னா விருப்பப்படறவங்க முடி வெட்டிக்கோங்கன்னாவது இருந்திருந்தா எவ்ளோ நல்லா இருக்கும்!”

“ஆண் என்கிற காரணத்தாலே முடி வெட்டணும், பெண்ணென்றாலே முடி வளர்க்கணும்ன்னு எழுதாத விதியை மக்கள் மண்டைக்குள்ள ஏத்தி வைச்சிருக்காங்களே? இதுக்கெல்லாம் ஒரு விடிவு காலமே கிடையாதா?” என்று உள்ளிருந்த ஆதங்கத்தையெல்லாம் கேள்விகளால் அடுக்கிக்கொண்டிருந்தாள்.

“பொதுவாக நீண்ட முடி இருந்தா தினமும் சீவிப் பராமரிக்கணும். இல்லன்னா சிக்கு விழுந்திடும். வாரம் ஒரு முறை இல்லன்னா இரு முறையாவது தலைக்குக் குளிச்சிட்டு, எண்ணெய் வைச்சு தலைப்பின்னல் போட்டோ இல்ல கொண்டை போட்டோ பராமரிக்கணும். இவ்வளவும் செய்யறதுக்குக் கணிசமான நேரம் நாம் தினமும் ஒதுக்கணும். இதுல ஷாம்பூ, எண்ணெய்னு பொருள்செலவு ஒருபக்கம் அதிகம் தேவைப்பட்டது. வேலைக்குப் போயி சம்பாதிச்ச ஆண்கள், சவுகர்யத்திற்காகக் காலமாற்றத்தையொட்டி முடியை வெட்டிக்கொண்டு தங்களைப் பரிணமித்துக் கொண்டனர். அவர்களுக்கு நேரமும் பொருளும் மிச்சம் ஆனது. குறிப்பா சொல்லணும்னா முடி விழுங்கிய பொருளும் நேரமும் தன் அறிவை, ஆளுமையை வளர்த்துக்கொள்ளப் பயன்பட்டது. அவர்களும் பல்வேறு தளத்தில் தங்களை வளர்த்துக்கொண்டனர். வெகுவாக முன்னேறினர்.

“அதனால்தான் பெண்கள் முன்னேற்றத்திற்காகப் பாடுபட்ட ஆளுமைகள் முடிவெட்டிக்கச் சொன்னாங்க. அப்படிப் பெண்கள் மேம்படணும்னு செயல்படறவங்களும் முன்மாதிரியாக முடியை வெட்டிக்கொண்டும் இருக்காங்க. உயர்பதவிகளுக்கு வந்த பெண்கள் கூட முடியை வெட்டிக்கொண்டுள்ளனர். நம் முன்னாள் பிரதமர் இந்திரா காந்தி எப்படித் தனித்த அடையாளத்தோடு இருந்தாங்கன்னு பார்த்திருப்பியே ” என்றார் லோகேஸ்வரி.

“நீங்க சொல்றபடி சாதித்த, சாதிக்க நினைக்கும் பெண்கள் முடியை நீட்டி முழக்கி அழகுன்னு பராமரிக்கறதில்லைதான். தங்களை வேலையில் வளர நினைக்கும் போது, இதெல்லாம் கணக்கிலேயே வைக்க முடியாது. இதைக் கணக்கில் வைத்தால் அவர்கள் பணியில் சுணக்கம் ஏற்படும். நேரம் ஒதுக்க முடியாம போய்டும். நான் சொல்றது சரிதானே மேடம்?” என்றாள் பொன்னி.

“பொதுவாகப் பண்பாடு என்பது மாற்றத்திற்கு உட்பட்டதுதான். பண்பாடு காலத்துக்கேற்ப மாறிக்கிட்டேதான் வந்திருக்கு. ஆனால், பெண்கள் மீது சுமத்தப்படும் விஷயங்கள் பண்பாடு, கலாச்சாரம் என்ற பெயரில் மாற்றத்திற்கு உள்படாமல் கெட்டித்தட்டிப்போய், பெண்களைக் கலாச்சாரக் காவலர்களாக மாற்றி வைத்துள்ளது சமூகம். ஒரு பண்பாட்டு / கலாச்சார மாற்றம் ஆண்களிடத்தில் எளிதில் நடக்கும் வாய்ப்பிருந்தாலும், பெண்களிடம் பல விஷயங்களில் மாறிலியாக இருப்பதை நாம் கண்கூடாகப்

பார்க்கிறோம். பெண்களின் சின்ன மாற்றம் தென்பட்டாலே ஐயோ கலாச்சாரம் கெட்டுப்போச்சு, மேற்கத்திய நாகரிகம் வந்துடுச்சுன்னு சமூகம் குதியாய் குதிக்கும். பெண்களிடம் மாற்றம் நடக்காமல் இல்லை, ஆனால் தேவையான அளவு மாற்றம் நடக்க பல போராட்டங்கள் நடத்த வேண்டியுள்ளது வேதனைக்குரியது."

"இந்தத் தொலைக்காட்சி விளம்பரங்கள், சினிமா எனப் பெண்களுக்கு நீண்ட முடி அழகு, அதை எப்பாடுபட்டாவது பராமரிக்கணும்னு தீயாகப் பரப்பும் வேலையைச் செய்யுது மக்கள் மனங்களில். அதுவுமில்லாம பள்ளிக்கு ரெண்டு ஜடை போட்டு சீவிக்கிட்டு போறதுலயே பல பேர் வீட்ல காலை நேரம் ஒரு யுத்தமே நடக்கும். அதே ஆம்பளப் பையன் டக்குன்னு சீவிக்கிட்டுப் பள்ளிக்கூடத்துக்குக் கிளம்பிட முடியுது. அதுவுமில்லாம சின்ன வயசுல பெண் குழந்தைகளுக்குக் குட்டையா முடி வெட்டிவிடறாங்க பெற்றோர், சற்று வளர்ந்ததும் குறிப்பா வளரிளம் பருவத்தை எட்டிய பெண்கள் குட்டையாக முடி வைத்துக்கொள்ள அனுமதிப்பதில்லை. ஏன் மேடம்?" என்று கேட்ட பொன்னியை இவ்ளோ சிறுவயதில் ஆழ்ந்து சிந்திக்கிறாளே எண்ணிக் கொண்டார் லோகேஸ்வரி.

"நீ சொல்ற மாதிரி வியாபார நோக்கத்துக்காக பெண்கள் சார்ந்து சமூகக் கருத்துகளை மாற்றத்திற்குட்படாமல் வச்சிக்க ஊடகம் ஒரு முக்கியப் பணியைச் செய்யுது. தினமும் பள்ளிக்கூடத்துக்கு ஜடை போட்டுக்கிட்டு கிளம்புவது நிச்சயம் சிரமம்தான். சின்ன வயசுல பெருசா ஆண், பெண் வித்தியாசம் பார்ப்பதில்லை. அப்போல்லாம் பெண் வெளிலயே வரக்கூடாதுன்னு கட்டுப்பாடுகள் இருந்தது. இப்போ பெண் படிச்சி நிறைய தொழில்களில் பங்கெடுக்கத் தொடங்கிட்டாங்க. ஒரு நல்ல யாற்றமா தற்போதைய நவீன காலத்துல குழந்தையா இருக்கும் போது முடியை வெட்டிவிட்றாங்க. ஆனா, பருவமெய்திட்டா இந்த நவீனமெல்லாம் அங்க செல்லுபடி ஆகாமல் திரும்பவும் கலாச்சாரத்தைக் காப்பாத்த கிளம்பிடறாங்க. நான் முடி வெட்டிக்கிட்டு வந்ததும் வீட்ல இருந்தவங்களுக்கும் சுத்தியிருந்த சொந்தக்காரங்களுக்கும் பேரதிர்ச்சி. அதுக்குத்தான் பொண்ணுங்கள படிக்க வைக்கக் கூடாது. அதும் அரை டவுசர் போட்டு விளையாடவே விட்டிருக்கக் கூடாது அப்படின்னு அவங்களுக்கு விருப்பப்படி சுத்தியிருந்த வாய்களெல்லாம் கதையெழுதி வியாக்கியானம் பேசினாங்க. இந்த சூழல்ல ஒருத்தர் சொன்ன வார்த்தையில பேரதிர்ச்சியில் உறைந்து போனேன்."

“இப்படி முடியை வெட்டிக்கிட்டதால எத்தனை பேர்கிட்ட சொல்லடி வாங்க வேண்டியிருக்கு! நம்ம வீட்ல ஒத்துக்கிட்டாலும் அக்கம்பக்கம் போடற அழுத்தத்திலிருந்து மீள்வது சற்றுக் கடினம்தான் போல. அவங்க அப்படி என்னதான் சொன்னாங்க? சொல்லுங்களேன்.” என்றாள் பொன்னி.

“டக்குன்னு ஒருத்தர் இனி யார் இந்தப் பெண்ணைக் கல்யாணம் பண்ணிக்குவான்னு எங்கம்மாகிட்ட சொல்ல, எங்கம்மா ஒன்னு அழத் தொடங்கிட்டாங்க. ஒரு வேளை எங்கப்பா இருந்திருந்தா என்ன சொல்லியிருப்பார்ன்னு தெரியல. எங்கம்மா தனிப் பெற்றோரா இருக்கறதால அவங்களுக்கு இந்தச் சொற்கள் பேரிடியாய் இறங்குச்சு. அதாவது பருவமெய்திட்டா அந்தப் பெண், அவளோட விருப்பத்தைத் துறந்து சமூகத்தால் கலாச்சாரம்ங்கிற பேர்ல அவளை வடிவமைக்கப்படத் தொடங்கிடறாங்க. அதன்பிறகு மிகவும் இறுகியதா மாறி கட்டுப்பாடுகள் விதிக்கப்படுது. இப்பக்கூட முடியை வளர்க்கச் சொல்லி எங்கம்மா சொல்லிக்கிட்டுதான் இருக்காங்க. உன்னை யார் கல்யாணம் பண்ணிக்குவான்னு அழுவாங்க. முடியெல்லாம் ஒரு விஷயமே இல்ல, நான் ஒரு நாள் சாதிப்பேன்மா... அப்போ இதெல்லாம் ஒரு பொருட்டில்ல நீ கவலைப்படாதன்னு நானும் சமாதானம் சொல்வேன். அவங்க சாதாரண குடும்பத்துல பிறந்து வளர்ந்தவங்க. சமூக அழுத்தம் அவங்களுக்கு, அவர்களை ஒண்ணும் சொல்ல முடியாது. அவங்ககிட்ட கோவிச்சுக்கறதோ வருத்தப்படறதோ தேவையில்லாத விஷயம்ன்னு நான் நினைக்கிறேன்” என்றார் லோகேஸ்வரி.

“விருப்பப்படும் பெண்கள் முடி எப்படி வச்சிக்க விரும்பறாங்களோ அப்படி வச்சிக்கணும். அதைச் சமூகம் இயல்பா எடுத்துக்கப் பழகிக்கணும். நான் கடினமா உழைச்சு உங்கள மாதிரி கபடில நிறைய சாதிக்கப் போறேன். என்னோட வாழ்நாள் நோக்கமே அதுதான். பெண்களுக்கு முடி வெட்டினா பல விஷயங்களிலிருந்து விடுதலை கிடைக்கும்ன்னு பெண்கள் மேம்பாட்டுக்காகப் பாடுபட்ட தலைவர்களெல்லாம் சொல்லிருக்காங்கன்னு புத்தகங்கள்ல படிச்சிருக்கேன். நான் முடி வெட்டிக்கப் போறேன். அதை எங்க அம்மா, அப்பாகிட்ட பேசிப் புரிய வைக்கப் போறேன். எப்படிப் பேசறதுன்னு குழப்பமா இருந்துச்சு. நீங்க எனக்குத் தெளிவா நிதானமா புரிய வச்சிட்டிங்க. மிக்க மகிழ்ச்சியும் அன்பும். உங்கள என்றும்

என் வாழ்நாளில் மறக்கமாட்டேன்" என்றாள் நெகிழ்ச்சியுடன் பொன்னி.

"மிக்க மகிழ்ச்சி பொன்னி. மாற்றத்தை நாமெல்லாம் சேர்ந்துதான் முன்னெடுக்கணும். மாற்றம் ஒன்றே மாறாதது. பல தடைகள் வந்தாலும் மனம்தளராமல் நமக்காகப் பாடுபட்ட முன்னோர்களை நெஞ்சில் ஏந்தி, சமூகம் முன்னோக்கிப் பயணிக்க நாம் ஒரு சிறுகல்லை எடுத்து வைத்தோம்ன்னு பெருமையா, மகிழ்வா வீறுநடைபோட்டு கெத்தா போவாம் வா பொன்னி."

21 ஒப்பிடலாமா?

“சொல்லாம இப்படித் திடீர்னு சேர்ந்து வந்திருக்கீங்க. இப்படி எல்லாரையும் ஒண்ணா பார்க்கறது மகிழ்ச்சியா இருக்கு. எவ்ளோ நாளாச்சு எல்லாரையும் பார்த்து. வேலை, குடும்பம்னு ஒரு பக்கம் ஓடிக்கிட்டே இருக்கோம், சந்திக்க வாய்ப்பு அமையாமலேயே போய்டுது. அப்புறம் வீட்ல எல்லாரும் நல்லா இருக்காங்களா?” படபடவென மூச்சுவிடாமல் பேசிக்கொண்டே போனார் சரண்யா.

“எல்லாரும் நல்லா இருக்காங்க. நீதான் கிளினிக் தொடங்குனதுல இருந்து ரொம்ப பிஸியா இருக்க. நாங்க வாய்ப்பு இருக்கும்போது இப்படி ஒண்ணா சேர்ந்து வழக்கம்போல சுற்றதான் செய்யறோம். உனக்கு சர்ப்ரைஸ் தரலாம்னு உன்ன பார்க்க கிளினிக்குக்கே போயிடலாம்னு நந்தினிதான் சொன்னா, எல்லாரும் வந்துட்டோம்” என்று முடித்தார் சுகன்யா.

“நானே வேலை வேலைன்னு ஒரே சோர்வா இருந்தேன். உடல் ஒரு பக்கம் சோர்வாயிடுச்சுன்னா மனசும் சோர்வாயிடுச்சு. எல்லாரும் தனியா எங்கயாவது போலாம்னு கேட்கலாம்னு

நினைச்சேன். பெண்கள் தனியா பயணம் போறது எவ்ளோ பெரிய தன்னம்பிக்கை, புத்துணர்ச்சி கிடைக்கும் தெரியுமா? எங்க போலாம்னு சொல்லுங்க. வாய்ப்பிருக்கறவங்க ஒருங்கிணைங்க. என்னால முடிஞ்சத நான் ஒருங்கிணைக்கறேன். என்னடி சொல்றீங்க?" என்றார் சரண்யா.

"எங்கன்னு எல்லாரும் சேர்ந்து முடிவு பண்ணுங்க. நான் ஒருங்கிணைக்கிறேன். எனக்கும் வெளில போயி ரொம்ப நாளாச்சு. அதும் நாம எல்லாரும் சேர்ந்து தனியா போறோம்னா ரொம்ப ஆர்வமா இருக்கு. சரண்யா நீ கிளினிக்ல பிஸின்னு வராம போனா நான் செம்ம கடுப்பாயிடுவேன்" என்றார் நந்தினி.

"நான் வேலைகளை முறைப்படுத்திக்கிட்டு கட்டாயம் வந்துடுவேன். கவலைப்படாத. நாம தனியா பயணம் போறத போயி மிஸ் பண்ணுவேனா?" என்றார் சரண்யா.

"ஆகா! என்ன அதிசயம் எல்லாரும் ஒண்ணா சேர்ந்து வந்திருக்கீங்க. பார்க்கவே மகிழ்ச்சியா இருக்கு. எல்லாரும் எங்கயோ டூர் போறீங்களே. எங்களையும் சேர்த்துக்கோங்க நாங்களும் வரோம்" என்றார் சரண்யாவின் இணையர் பாண்டியன்.

"இப்பதான் வர்றீங்களா? பயணம் நாங்க மட்டும்தான் போறோம். மத்தவங்களுக்கு அனுமதி இல்ல. நாங்க போற அன்னிக்கி குட்டீஸ்களைப் பார்த்துக்கோங்க" என்றார் சுகன்யா.

"சரி சரி எல்லாரும் சந்தோசமா போய்ட்டு வாங்க. நம்ம எல்லாரும் குடும்பமா சேர்ந்து போற மாதிரியும் ஒரு ட்ரிப் போடுங்க. எல்லாரும் பேசிக்கிட்டிருங்க. உங்களைப் பார்த்ததும் சரண்யாவைக் கையில பிடிக்க முடியாது. எனக்குக் கொஞ்சம் வேலை இருக்கு. வரேன்" என்றார் பாண்டியன்.

"அப்புறம் நட்புகளைப் பார்த்தா மகிழ்ச்சியா இருக்காதா பின்ன! எல்லா குடும்பங்களும் சேர்ந்து போற ஒரு ட்ரிப் போட்டிருவோம்" என்றார் சுகன்யா. பாண்டியனும் தன் வேலைகளைக் கவனிக்கச் சென்றார்.

"பொதுவா இந்தச் சமூகத்துல ஆண்களுக்குத்தான் திருமணத்திற்குப் பிறகு இது போல நட்பைத் தொடர்வது, பயணம் போவதுன்னு இயல்பா வாய்ப்பை ஏற்படுத்திக்க முடியுது. நாம இப்படி ஒண்ணா இருப்பதை எவ்ளோ தடைகளுக்கு நடுவில சாத்தியப்படுத்தி இருக்கோம்னு நெனச்சா நெகிழ்வா இருக்கு.

பல பேருக்கு நாம முன்னோடியாவும் இருக்கோம்ல” என்றார் சரண்யா.

“நாமெல்லாம் பொருளாதாரத்துல யாரையும் சார்ந்திருக்காம இருக்கோம்ங்கிறதும் நமக்கான விசயங்களை நாம் செஞ்சுக்கணும்ங்கிற எண்ணம் இருக்கறதும் நம்மிடம் இருக்கும் நேர்மறை விசயங்கள். இது போல பெண்கள் தன் விருப்பங்கள் சார்ந்த வெளியை உருவாக்கிக்கணும். பல பெண்களுக்கு நம்மைப் போல இருக்கணும்னு ஆசை இருக்கு. இதெல்லாம் இந்தச் சமூகத்தில் இயல்பாகணும். இன்னும் எவ்ளோ காலம் ஆகும்னு தெரில. மாற்றம் வரட்டும்” என்றார் தகவல் தொழில்நுட்பத் துறையில் மனித வள மேம்பாட்டாளராகப் பணிபுரியும் சுகன்யா.

“தலைகோனா அருவிக்குப் போலாமா? அடுத்த சனி, ஞாயிறு இரண்டு நாள். வாய்ப்பு என்னன்னு சொல்லுங்க?” என நந்தினி முன்மொழிய, “சரி என்பது போல ஏனையோர் தலையாட்டிக் கொண்டிருந்தனர்.

“இவ தமிழ்ல 81 தான் எடுத்திருக்கா அவன் எவ்வளவு எடுத்திருக்கான். ஓ 87 ஆ.... 6 மார்க் அதிகம் எடுத்திருக்கான். கணக்குல 85 , சயின்ஸ்ல 83 தான் இந்த முறை கொறைஞ்சிடுச்சு”

எனப் பாண்டியன் தன் நண்பருக்கு போன் செய்து தன் குழந்தையின் வகுப்பில் பயிலும் தோழனின் மதிப்பெண்ணோடு ஒப்பிட்டுக் கொண்டிருந்தார். உரையாடல் சத்தமாக, சீரியஸா அமைந்ததால் அனைவரும் பேசுவதை நிறுத்திவிட்டு அவரின் உரையாடலைக் கவனிக்கலாயினர்.

“இவர் எப்பவும் இப்படித்தான் பண்றார். பாப்பாவோட எக்ஸாம் பேப்பர் வந்ததும் அவரின் நண்பரின் குழந்தையோடு கம்பேர் பண்ணத் தொடங்கிடுவார். இதைப் பார்த்து பாப்பாவுக்கு ரொம்ப கவலை ஆயிடும். நானும் எவ்ளோ தூரம் சொல்லிட்டேன். இப்படிப் பண்ணாதீங்கன்னு. ஆனா, எங்க நான் சொல்றதைக் கேட்கறார். எப்பவும் அடுத்த குழந்தையோடயே கம்பேர் பண்றார். எனக்கு என்ன பண்றதுன்னே தெரியலடி” என்றார் சரண்யா.

“பார்க்கவே கொடுமையா இருக்குது. அந்தக் குழந்தையின் மனது என்ன பாடுபடும். நம் கல்விமுறைல நடத்தப்படும் எழுத்துத் தேர்வு என்பதே தேவையில்லாத ஒன்று. மதிப்பீடுன்னா குழந்தைகளுக்கு என்ன தெரியுதுன்னு பார்த்து அந்தத் திறனை

மதிப்பிடணும். ஒரு குழந்தைக்குப் பல திறன்கள் இருப்பினும் அந்தக் குழந்தை எழுத்தின் மூலமாத்தான் நம் கல்விமுறை மதிப்பிடுது. பல திறன்கள் இருந்தும் எழுதும் திறன் இல்லாத குழந்தை, தேர்வில் தோல்வி அடையுது. இப்படித் தேர்வே தேவையில்லாத ஆணிதான். இந்த தேர்வு முறை மாற்றத்துக்கு உட்படணும். கல்விங்கிறது ஒரு குழந்தைக்கு இருக்கும் திறனில் புதியதாக படைப்பை உருவாக்கக்கூடிய வகைல இருக்கணும். ஒரு குழந்தைக்கு இசைத் திறன் இருக்குன்னா அந்தக் குழந்தை தானே இசைக்கோர்வைகளை உருவாக்கி புதுமையைக் கொண்டு வருவதுதான் உண்மையான கல்வி, அதுவே சமூகத்துக்குத் தேவையானது" என்றார் கல்விச் செயல்பாட்டாளராக இருக்கும் அருள்மதி.

"ஒரு குழந்தை வளர்க்கும் பொறுப்பிருக்கற அனைவரும் இதெல்லாம் நிச்சயம் தெரிஞ்சிக்கணும்டி. அவர்கிட்ட ஒப்பிடாதிங்கன்னு சொல்லி சொல்லிப் பார்த்துட்டேன். இன்னும் எப்படிச் சொல்லணும்ன்னு தெரியல. கொஞ்சம் ஐடியா குடேன் நந்தினி" என்று ஆற்றாமை பொங்கக் கேட்டார் சரண்யா.

"சரண்... ஒவ்வொரு மனிதருக்கும் தனித்தனி திறன்கள் இருக்கு. அத்தனை மனிதர்களும் வேற்றுமையுடனே இருக்கின்றனர். நம்மள்லயேகூட பாரு ஒவ்வொருத்தருக்கும் ஒவ்வொரு மாதிரி திறன் இருக்கு. நீ மருத்துவத்துறைல ஆர்வமா இருந்த மருத்துவராயிட்ட. சுகன்யா மக்களோட அதிகம் தொடர்புல இருப்பா, எச்.ஆர். இருக்கா. எனக்குக் கல்வி, குழந்தைங்கன்னு ஆர்வம் நான் கல்வித்துறைல இருக்கேன். ஆனா, அவங்கவங்களுக்குத் திறன் இருப்பினும் அது சார்ந்து வேலைவாய்ப்பு அமைந்திடறதில்லதான். நீ புரிஞ்சிக்கறதுக்குச் சொன்னேன். நந்தினியைப் போயி நிறைய பேர்கிட்ட பேசச் சொன்னா பேசுவாளா? அவளுக்கு அதிகம் பேசறதுன்னா பிடிக்காது. ஆனா, பிடிச்சவங்ககிட்ட காதுல ரத்தம் வர்ற வரை பேசுவா இல்லையா?" என்று பொறுமையாக விளங்க வைத்துக் கொண்டிருந்தார் அருள்மதி.

"அடியே சரண், இதெல்லாம் நீ முதல்ல புரிஞ்சுக்கோ பிறகு அவர்கிட்ட நிதானமா அவர் கேட்கும் மனநிலைல இருக்கும் போது பேசு. உரையாடல் மாற்றவல்லது" என ஐடியா கொடுத்த சுகன்யா, "சரி அருள், ஒப்பிட்டுப் பார்த்தா குழந்தை இன்னும் நல்லா படிக்கும்ல. அடுத்த முறை இன்னும் நல்லா படிக்கணும்ன்னு ஒரு ஊக்கமா இருக்கும்ல. ஏன் அப்படிச் சொல்ற?" எனப் பொதுச்

சமூகம் தன்னிடம் ஏற்றிவைத்த ஐயத்தையும் கேட்டார்.

“அப்படி இல்லை. ஒப்பிடறவங்க தான் செய்யும் செயலுக்கு இப்படிக் காரணம் கற்பிச்சுக்கறாங்க. இயல்பாகவே உடல் அமைப்பு, பொருளாதாரம், சாதி அமைப்புல என்ன படிநிலைல இருக்கோம், தொழில் இப்படின்னு பலவற்றை பெரியவர்களும் ஒப்பிடறாங்க. பார்க்கப் போனா எல்லோர்க்கும் திறன்கள் ஒன்றுபோல இல்ல. அதனால ஒப்பிடுவது பொருத்தமற்றது. ஒப்பிடுவதால் குழந்தைக்குத் தன்னால எதுவும் செய்ய முடியாதுன்னு தன்னம்பிக்கை குறையுதாம், அவங்ககிட்ட என்ன திறன் இருக்குன்னு கண்டறிந்து வளர்க்காம விடுறதால, தனியாள் திறன் / வேறுபாடு மறைந்து மந்தைப் புத்தி உருவாகுது. மேலும் தொடர்ந்து ஒப்பீடு செய்யும் குழந்தைகளுக்குப் பதட்டம், உளவியல் சிக்கல், மன அழுத்தம், பயம் போன்ற உணர்வுகள் ஏற்படுதுன்னு உளவியல் நிபுணர்கள் சொல்றாங்க. நீயே யோசிச்சுப் பாரு, பாப்பாவுக்கு வீட்டுக்கு வந்தாவே அப்பா தன் தோழனோட தன் மார்க்கை ஒப்பிட்டுப் பார்ப்பாருன்னு ஒரு பதட்டம், பயம்லாம் வராதா பின்ன” என்றார் அருள்மொழி.

“அதென்னவோ உண்மைதான் அருள். பேப்பரை வாங்கும்போதே அவ பதட்டத்துல ஒரு மாதிரி ஆயிடுவா. எனக்கும் என்ன பண்றதுன்னு தெரியாம ஒரு பக்கம் முழிச்சிக்கிட்டு இருப்பேன்” என்று நொந்து கொண்டார் சரண்யா.

“சரண், இப்படி யோசியேன்... நாம ஒரு நல்ல பெற்றோராதான் இருப்போம்ன்னு நம்பறோம். ஆனா, பாப்பா இன்னொரு அப்பாவோட இவரை ஒப்பிட்டா இவர் ஒத்துக்குவாரா? பாப்பா தனக்குக் கிடைக்கும் ஒவ்வொரு விசயத்திலும் வேற வீட்டோட ஒப்பிட்டுக்கிட்டே இருந்தா நாம் அதை ஏத்துக்குவோமா? இப்படி யோசிச்சுப் பார்க்கச் சொல்லி அவர்கிட்ட பேசலாம். ஒப்பிடறதால என்னென்ன பிரச்னைன்னு நிறைய ஆய்வுகள் இருக்கு அதை அவரப் படிக்கச் சொல்லலாம்” என்றார் அருள்மதி.

“நம்ம பசங்க வேற யாரோட ஒப்பிட்டா நாம தாங்கமாட்டோம்தான். உடனே அது வேற நாம வேறன்னு லெக்சர் அடிக்கத் தொடங்கிடுவோம். சரி, அவர்கிட்ட நிதானமா பேசி படிக்கச் சொல்றேன்” என்றார் சரண்யா.

“பொதுவாகவே சமூகத்துல இயல்பா ஒப்பிடுதல் நடந்துக்கிட்டுதான் இருக்கு குழந்தை முதல் பெரியவங்க வரை.

அது தவறுன்னு சிறு கீறல்கூட விழாத மாதிரி இயல்பா நாம் ஒப்பீடு செய்யப் பழக்கப்பட்டிருக்கோம். அது நிறைய பாதிப்புகளையும் ஏற்படுத்திக்கிட்டுதான் இருக்கு. இதுலயும் நுண்ணிய அளவில ஆண், பெண் குழந்தைகளில் ஒப்பிடறதுல வேறுபாடு, ஏன் பாகுபாடுன்னே சொல்லலாம் அது இருக்கத்தான் செய்யுது" என்றார் அருள்மதி

"என்னடி சொல்ற இதுலகூட வித்தியாசமா? என்னவோ போ… எங்க போனாலும் பாகுபாடு மட்டும் இல்லாம இல்ல போ" என்றார் சுகன்யா.

"உங்க வீட்டுக்காரர் படிச்சவரா இருக்கறதால ஆண் குழந்தையோட ஒப்பிடும்போது மதிப்பெண்களை ஒப்பிடறார். ஆனா, இது குறித்து விழிப்புணர்வு இல்லாதவங்க ஆண் வீரம், வலிமை, வெளில போறது, கம்பீரம், சம்பாதிக்கறதுன்னு ஒப்பிடுவாங்க. அதுவே பெண்கிட்ட வரும்போது சமைக்கத் தெரியுமா, நல்லா பொறுப்போட குடும்பத்தைப் பார்த்துக்கறியா, வீட்டைச் சுத்தமா வச்சிக்கிறியான்னு ஒப்பிடும்போதுகூடப் பொதுசமூகம் பெண்ணுக்கு வச்சிருக்கிற வரையறைகள் கொண்டே பெண்ணை ஒப்பீடு செய்யறாங்க! ஏன் நல்லா கோலம் போடத் தெரியுதானுகூட ஒப்பிடல்களெல்லாம் சாதாரணமா நடக்கறதக் கண்கூடா பார்க்கத்தான் செய்யறேன்" என்றார் அருள்மதி.

"என்னவோ போடி! ஒவ்வொரு மனிதரையும் தனித்தனி நபரா பார்க்கப் பழகுவோம். நாம் மாறுவோம். எனக்கு அவர்கிட்ட பேச ஒரு நம்பிக்கை வந்திருக்கு. பேசிட்டுச் சொல்றேன். வாய்ப்பிருக்கும் இடங்களில் இதைப் பத்திப் பேசுவோம். சீக்கிரம் பயணத்துக்கு ஏற்பாடு பண்ணிட்டு சொல்லுங்க. நான் ஆவலா இருக்கேன். இருக்கும் கடும் பணிச் சூழல்ல இருந்து கொஞ்சம் ஆசுவாசம் தேவைன்னு தோணுது" என்றார் சரண்யா.

"நாங்க கிளம்பறோம். எங்க எப்போ போறோம்னு வாட்சப் குழுவுல பேசிக்குவோம். இப்ப நாங்க கிளம்பறோம். நேரம் வேற ஆயிடுச்சு. பாப்பாவைப் பார்த்துக்கோடி. அவர்கிட்ட சொல்லிடு நாங்க கிளம்பறோம்னு" என்று நந்தினி சொல்ல, அனைவரும் கிளம்பினர். சரண்யாவுக்கோ என்றும் இல்லாத நிம்மதியும் மனநிறைவும் அன்று வந்தது மனதில். என்றும் நட்புகள் வலிமைதானே என்று எண்ணி சிலாகித்துக்கொண்டிருந்தார் சரண்யா. தன் இணையரிடம் பேசக்கூடிய தருணத்தை நம்பிக்கையோடு எதிர்நோக்கியிருந்தார்.

22. பெண்களைப் படிக்க வைப்பது, பொருளாதார இழப்பா?

"அம்மா, மீன் ரொம்ப டேஸ்டா இருக்குமா."

"இந்தாடா செல்லம். இன்னொன்னு வச்சு சாப்பிடு!"

"அம்மா, எல்லாருக்கும் இருக்கா? இருந்தா அக்காவுக்கு வச்ச மாதிரியே எனக்கும் இன்னொரு மீன் வைமா. சூப்பரா இருக்கு."

"புரட்டாசி மாசம் மீன் கொஞ்சம் வெல குறைவா கிடைச்சது. நிறைய வாங்கிட்டு வந்தேன். எல்லாருக்கும் போதும் போதும்ங்கிற அளவு இருக்கு. தேவையானதைச் சாப்பிடுங்க."

பல்லவியும் சூர்யாவும் போட்டிபோட்டுக் கொண்டு உணவை ருசித்துக்கொண்டு இருந்தனர்.

"அம்மா, இன்னிக்கி எங்க வகுப்புல ப்ளஸ் டூ முடிச்சிட்டு எல்லாரும் என்ன படிக்கப் போறீங்கன்னு டீச்சர் ஒவ்வொருத்தரா கேட்டாங்க. மேற்படிப்பு என்னென்ன படிக்கலாம்ன்னு நிறைய சொன்னாங்க. நான் வக்கீலுக்குப் படிக்கப் போறேன்னு சொன்னேன்மா. என் கனவு வழக்கறிஞர் ஆகணும்ங்கிறதுதான்."

"ம்... நல்லதுதான். ஆனா..."

“அம்மா, நான் பைலட் ஆகப் போறேன் மா.”

“அதுக்கெல்லாம் எவ்ளோ செலவாகும் தெரியுமா?”

“நான் வக்கீலுக்குதான் படிக்கப் போறேன். ஒரு பெரிய வக்கீலாகி, அப்புறம் நீதிபதி ஆகி நிறைய வழக்குகளுக்குச் சரியான நீதி வழங்குவேன். அதுக்குத்தான் பக்கத்து வீட்டு லாயர் மாமாகிட்ட எப்பவும் பேசிக்கிட்டு இருக்கேன். அந்தக் கறுப்பு கோட் போட்டுக்கிட்டு கோர்ட்க்குப் போறது எவ்ளோ கெத்தா இருக்கும் தெரியுமாம்மா?”

“அக்கா, நானும் பைலட் ஆகப் போறேன். செம்ம கெத்தா இருக்கப் போகுது. அதுவும் என்னோட கனவுதான். ரெண்டு பேரும் கலக்கப்போறோம். உனக்கு ஒரு கவலையும் இல்லாம பார்த்துக்குவோம்மா.”

குழந்தைகள் பேசுவதைப் பார்த்து அமைதியாக இருந்தார் கமலா.

“என்னமா, நான் லாயர் ஆகணும்னு சொல்றேன். தம்பி பைலட் ஆகணும்னு சொல்றான். நீ ஒண்ணுமே சொல்ல மாட்டிங்கிற. எதாவது சொல்லுமா?”

“என்ன சொல்றது? நம்ம குடும்பத்துலதான் பொண்ணுகளை ப்ளஸ்டூக்கு மேல படிக்க வச்சதில்லையே... பாட்டி படிக்கல. நான் ரெண்டாவதுதான் படிச்சிருக்கேன். நீ இப்போ ப்ளஸ் டூ படிக்கற. அதுவே பெருசு.”

“ஆமா, பொண்ணு படிச்சி என்னப் பண்ணப்போறா? அதுவுமில்லாம நாம செலவு பண்ணி படிக்க வைப்போம். படிச்சி வேலைக்கி போயி சம்பளத்தை நம்மகிட்டயா கொடுக்கப்போறா? வாக்கப்படற எடத்துலதான கொடுக்கப்போறா? பையனைப் படிக்க வைச்சாலாவது உபயோகமா இருக்கும். அவன் சம்பாரிச்சு நம்மகிட்ட கொடுப்பான். டே, சூர்யா நீ என்ன வேணா படி. ஆனா, பல்லவி நீ படிச்சி உங்க வீட்டுக்காரன் கைலதான் கொடுக்கப்போற. அதுக்கு எதுக்கு உன்ன படிக்க வச்சிக்கிட்டு? உன்ன பன்னிரண்டாவதோட நிறுத்திட வேண்டியதான். அதுவே அதிகம். போதும் நிறுத்திடு உன் படிப்பை.”

உரையாடலில் ஓர் அணுகுண்டையே பல்லவி மனதில் வீசிப்போனார் பாட்டி சித்தாயி.

"என்ன பண்றதுமா நம்ம குடும்பத்துல பொண்ணுங்கள படிக்க வைக்க மாட்டாங்கம்மா. பொண்ணா பொறந்துட்டோம் நம்ம தலவிதி அப்படி எழுதிருக்கு. நாம என்னமா பண்ண முடியும்? அந்த ஆசையெல்லாம் வளர்த்துக்காதம்மா. நம்ம குடும்பமும் கஷ்டத்துல இருக்கு. புரிஞ்சுக்கோமா" என அம்மாவும் பாட்டியின் சொல்லுக்கு வலுசேர்க்க, பல்லவியின் கனவு சுக்குநூறாக உடைவது போல் துயரமானாள்.

"பாட்டி, நாங்க கண்ணாலம் பண்ணிக்கிட்டா சம்பாதிக்கறத அவங்ககிட்டதான் கொடுக்கணுமா? ஏன் எங்க அப்பா, அம்மாதான படிக்க வைச்சாங்க? அவங்கள நான் பார்த்துக்குவேன். நான் அப்படில்லாம் இருக்க மாட்டேன். உனக்கு தெரியாதா என்னைப் பத்தி? அப்பா, அம்மா நீ எல்லாம் எனக்கு உயிராச்சே!"

"கண்ணாலம் ஆயிட்டா பொறந்த வீடு விருந்தாளி வீடு ஆயிடும், நாங்களும் விருந்தாளிங்க ஆயிடுவோம். இங்க வந்தா ரெண்டு, மூணு நாள் இருந்துட்டுப் போக வேண்டியதுதான். பொம்பளைங்களுக்கு ரெண்டு வீடு. கண்ணாலம் ஆயிப் போற வீடுதான் நிரந்தரம்."

"அப்படின்னா எனக்குக் கண்ணாலமே வேண்டாம். நான் பண்ணிக்க மாட்டேன். என்னைப் படிக்க வைங்க. நான் படிச்சிட்டு உங்ககூடயே இருந்துடறேன்."

"பொண்ணா பொறந்தா கண்ணாலம் பண்ணித்தாம்மா ஆவணும். கண்ணாலம் பண்ணாம இருந்தா நம்ம சாதி சமூவம் என்னானு சொல்லும். இப்படித்தான் எல்லாரும் வாழ்றோம். நீ மட்டும் படிக்கறேன் படிக்கறேன்னு சொல்லிக்கிட்டு... அவ்ளோதான் பன்னெண்டாவதோட படிப்பை நிறுத்திட்டு ஆவற வேலையைப் பார்க்க வேண்டியதான்."

"நீங்கெல்லாம் எப்படியோ போங்க. அப்பா வரட்டும் அவர் என்ன படிக்க வைப்பார்."

"அடி போடி, உங்கப்பனாவது படிக்க வைக்கறதாவது."

"பார்ப்போம் பாட்டி" என்று பாட்டியுடன் மல்லுக்கட்டிக் கொண்டிருந்தாலும் பல்லவி மனம் எதையோ இழந்தது போல இருந்தது. தன் தந்தை வந்து தீர்த்து வைப்பார் என முழுமனதோடு நம்பினாள்.

அப்பா வருவதை எதிர்நோக்கிக் காத்திருந்த பல்லவிக்கு

அவரின் செருப்புச் சத்தம் கேட்டது. ஓடிச் சென்று, "அப்பா, ஏன் இவ்ளோ லேட்டு?" என்று கேட்டாள்.

"நான் எப்பவும் வர்ற நேரத்துக்குத்தான் வந்திருக்கேன். அம்மா, தம்பியெல்லாம் எங்கே போயிட்டாங்க? இதைப் பாட்டிக்கிட்ட கொடுத்துடு."

"அப்பா, நான் லா படிக்கறேன்பா. பாட்டி நம்ம வீட்ல பொண்ணுங்கள படிக்க வைக்கற பழக்கம் இல்லைன்னு சொல்லிட்டாங்க. இதோட என் படிப்பை நிறுத்திடுவாங்களாம். தம்பிய மட்டும் காலேஜ் அனுப்புவாங்களாம். ஏன்னா அவன் ஆம்பளப் பிள்ளையாம். அவன் சம்பாதிச்சி கடைசி வரை உங்கள வச்சு காப்பாத்துவானாம். என்னப்பா இப்படில்லாம் சொல்றாங்க? எனக்குக் கல்யாணமே வேண்டாம்பா. நான் உங்ககூடயே இருந்துடறேன். என்னை நீ படிக்க வைப்பன்னு தெரியும்பா."

"பல்லவி நம்ம குடும்பக் கஷ்டம்தான் உனக்குத் தெரியுமே! உன்னைக் கல்யாணம் பண்ணிக் கொடுக்கக் காசு வேணும். வரதட்சணையெல்லாம் தரணுமில்லமா, நான் எங்க போவேன்? அதுல எங்க நான் செலவு பண்ணி வைக்கறது? அப்படியே படிக்க வைச்சாலும் நீ போற வீட்லதான் குடுக்கப்போற. நாங்க உன்கிட்ட வந்து எப்படிக் கேட்கறது அதெல்லாம் சரிப்பட்டு வராதும்மா. பொண்ணுகிட்ட வாங்கிச் சாப்பிடறன்னு நம்ம சாதிசனமெல்லாம் கேவலமா பேசும். நான் அதுக்கெல்லாம் ஆளாக மாட்டேன். மான மருவாத முக்கியம் மனுசனுக்கு. எப்படின்னாலும் கண்ணாலம் ஆன பிறகு தம்பிக்கிட்ட இருக்கற உரிமை உன்கிட்ட இருக்காதுதான்மா. நீ வேறொருத்தர் மனைவி ஆயிடுவ, வேறொரு குடும்பத்துக்குப் போயிடுவ."

"தம்பி பைலட் ஆகணும்ன்னு சொல்றான். அப்போ அவன மட்டும் படிக்க வைக்கப் போறீங்களா? நான் என்னப்பா பாவம் பண்ணினேன். பொண்ணா பொறந்தது தப்பா?" கடும் விரக்தியில் பேசலானாள்.

"பைலட் படிக்க எம்புட்டு செலவாகும் அதெல்லாம் நம்மால முடியுமா? ஏதோ என்னால முடிஞ்ச காலேஜில படிக்க வைப்பேன். ஆயிரம் இருந்தாலும் அவன் பையன் கடைசி வரைகூட இருக்கறவன். நீ ப்ளஸ் டூ நல்லா படிம்மா. அவ்ளோதான் என்னால படிக்க வைக்க முடியும், அப்புறம் கண்ணாலம் காட்சின்னு

எவ்ளோ செய்ய வேண்டியிருக்கேம்மா என்ன பண்றது? அதிகமா படிச்சா அதிகம் படிச்ச வரன் பார்க்கணும். வரதட்சணையும் அதுக்கேத்த மாதிரி அதிகமா கேட்பாங்க. நம்ம சாதி சனத்துல படிச்ச பையனுங்க கம்மியாத்தான் இருக்காங்க. அதனால இதுவே உனக்குப் போதுமா? ஒன்னும் கவலைப்படாத! உன் மனசுக்குக்கேத்த மாதிரி உனக்கு நல்ல வாழ்க்கை அமையும்."

"அடப் போப்பா என்ன கண்ணாலமோ போ! நா பண்ணிக்க மாட்டேன். என் படிப்பைத் தடை பண்ற எதுவும் எனக்கு வேண்டாம். நான் படிக்கத்தான் போறேன். எப்படியாவது என்னைப் படிக்க வைப்பா" என்று பெரும் மன உறுதியோடு சொல்லிப்போனாள் பல்லவி. எங்கிருந்து இவ்வளவு உறுதி வந்தது என்று அவளுக்கே தெரியவில்லை.

அடுத்த நாள் அப்பாவிற்குக் கடும்காய்ச்சல் அடிக்க, அம்மா அந்த ஊர் அரசாங்க மருத்துவமனைக்கு அழைத்துச் சென்றார். குட்டிகளுக்கு அப்பா எப்போ வருவார் என்ற பதைபதைப்புடன் வீட்டில் காத்திருக்க, "ஐயோ, பெத்த வயிறு பத்தி எரியுதே... ஒடம்பு நெருப்பா கொதிக்குதே. எவன் கண்ணு பட்டுச்சோ என் மகனுக்கு இப்படி சொகமில்லாம போச்சே! இப்பல்லாம் காய்ச்சல்னாவே கொரோனாங்கிறான் டெங்குங்கிறான். என்ன எழவு காய்ச்சலோ?" என்று பாட்டி புலம்பி தீர்த்தார்.

"நம்ம ஊருக்குப் புதுசா ஒரு டாக்டர் வந்திருக்காங்களாம். அவங்க ரொம்ப நல்லா பார்க்கறாங்களாம். அப்பாவுக்குச் சாதாரண காய்ச்சலாத்தான் இருக்கும், எல்லாம் சரியாயிடும் நீ கவலைப்படாத பாட்டி" எனப் பல்லவி கூறிக்கொண்டே அப்பா எப்போ வருவார் என வாசலைப் பார்க்கலானாள்.

23. பெண் கல்வி பொருளாதார இழப்பா?

பகுதி 2

"என்ன இப்படித் திடீர்ன்னு உங்களுக்குக் காய்ச்சல் வந்துடுச்சு. எங்கயாவது போனீங்களா? ஒழுங்கா சாப்பிட்டிங்களா?"

"நான் வேலை முடிஞ்சதும் நேத்து வீட்டுக்குத்தான் வந்தேன். வேலையில சரியா சாப்ட்டு தண்ணி குடிக்காம விட்டுட்டேன் போல இருக்கு. அதனால ஒருவேளை காய்ச்சல் வந்துச்சோ?"

"என்னவோ டாக்டரம்மாகிட்டயே கேட்போம்" என்று காத்திருப்பு நேரத்தில் மனைவியுடன் உரையாடிக் கொண்டிருந்தார். தனது ஓபி சீட்டின் எண் வாசிக்கப்பட மருத்துவர் அறைக்குச் சென்றார்கள் இருவரும்.

"வாங்க இப்படி உட்காருங்க, என்ன உடம்புக்குப் பிரச்னை?"

"டாக்டர் திடீர்ன்னு கடும் காய்ச்சல், ஒடம்பு ரொம்ப சோர்ந்து போயிடுது. உட்காரவே முடியல."

"வீட்ல யாருக்காவது காய்ச்சல் இருக்கா? இல்ல காய்ச்சல் இருக்கவங்ககூட இருந்தீங்களா?"

"வீட்ல யாருக்கும் காய்ச்சல் இல்ல. வேலை செய்யற இடத்துலயும்கூட இல்ல டாக்டர்."

"ஓ சரி. காய்ச்சல், அசதி தவிர வேறேதும் அறிகுறி இல்லைல?"

"இல்லைங்க."

மருந்துகளை மருந்துச் சீட்டில் எழுதத் தொடங்கிய வேணி முடித்துவிட்டு, "இதைச் சரியான வேளைக்குச் சாப்பிடுங்க. உடம்பு சரியாயிடும். இருந்தாலும் ரத்தப் பரிசோதனை பண்ணிடலாம்."

"சரிங்க டாக்டர். நீங்க வந்ததுக்கு அப்புறம்தான் இந்த மருத்துவமனைக்கே ஒரு பொலிவு வந்திருக்கு. உங்கள எல்லாரும் நல்லா வைத்தியம் பார்க்கறீங்கன்னு புகழ்றாங்கம்மா. நீங்க புள்ள குட்டியோட நல்லா இருக்கணும். உங்களுக்கு எத்தனை கொழந்தைங்க?"

"எனக்கு ரெண்டு பெண் குழந்தைங்க. நான் என் கடமையைத்தான் செய்றேன். பெருசா ஒன்னும் செய்யல. என் வேலையை ஒழுங்கா செய்யறேன் அவ்ளோதான். அதையே பெருசா நெனச்சா எப்படி?"

"என்னங்க அப்படி இருக்கவங்க கம்மியாயிட்டாங்க, என்ன இருந்தாலும் நீங்க எங்களுக்கு ஒசத்திதான் டாக்டர். ரெண்டும் பொண்ணா! அச்சச்சோ, பொண்ணு கல்யாணம் பண்ணிக்கிட்டு போய்ருவாங்களே... உங்ககூட கடைசி வரை இருக்க மாட்டாங்களே! இன்னொரு கொழந்தை பெத்துக்கக் கூடாதா டாக்டரம்மா. இப்படிப் பொண்ணாப் போச்சே ரெண்டும்."

வேணிக்கு ஒரே சிரிப்பு. இந்த டயலாக்குகளைக் கேட்டுக்கேட்டு கடுப்பு ஒருபுறம் வந்தாலும் இந்தச் சமூகத்தை எண்ணி சிரிப்புதான் வந்தது.

"உங்களுக்கு எத்தனை கொழந்தைங்க? என்ன படிக்கறாங்க?"

கேள்வி கேட்டுக்கொண்டே தன் உதவியாளரை அழைத்து அடுத்து ஆள் இருக்கிறார்களா என்று வினவ, "இல்லைங்க டாக்டர். ஓபி நேரம் முடிஞ்சிடுச்சு" என்று பதில் வந்தது.

"எனக்கு பையன் ஒண்ணு, பொண்ணு ஒண்ணு. பையன் 9வது, பொண்ணு 12வது படிக்கறாங்க டாக்டர்."

“ ஓ சிறப்பு. பொண்ணை நல்லா காலேஜ்க்கு அனுப்பி படிக்க வைங்க.”

“ பொண்ணை இவங்க சனங்க எங்கங்க படிக்க வக்கறாங்க? எம் பொண்ணு ரொம்ப நல்லா படிப்பா. நேத்துகூட வக்கீல் ஆவணும்னு கேட்டா. காலேஜ் எல்லாம் படிக்க அனுப்ப மாட்டோம். இதோட நிறுத்திடுவோம்னு சொல்லிட்டாங்க” என்று கமலா சொன்னார்.

“ஆமா டாக்டர். பொண்ணைப் படிக்க செலவு செஞ்சா இன்னும் கண்ணாலம், வரதட்சணைனு யார் செலவு செய்யறது? அதுவுமில்லாம அதிகம் படிச்சா அதுக்கேத்த மாதிரி மாப்பிள்ளை பார்க்கணும், வரதட்சணையும் கூடுதலா கேட்பாங்க. எங்க சாதிசனத்துல நெம்ப படிச்ச மாப்பிள்ளையும் கம்மிதான். வீட்ல நான் மட்டும்தான் சம்பாதிக்கறேன். என்னோட வருமானமும் கம்மி. எப்படி நான் சமாளிப்பேன் சொல்லுங்க டாக்டர்?”

“இந்தா பாருங்க, என்னை எடுத்துக்கோங்க... நான் பொண்ணுன்னு என்னை 12 ஆவதோட நிறுத்திருந்தா நீங்க சொல்ற மாதிரி நல்ல டாக்டர்ன்னு பேர் வாங்கிருப்பேனா? இப்படி வைத்தியம் பார்க்கத்தான் என்னால முடிஞ்சிருக்குமா? உங்க பொண்ணு நல்லா படிக்கும்ன்னு சொல்றீங்க. நல்லா படிக்க வைங்க. உங்களால முடிலைன்னா அரசாங்கம் உதவித்தொகை குடுக்குது. சமூகத்துல பல நல்ல உள்ளங்கள் இருக்கு. அவங்க உதவியை நாம கேக்கலாம்.”

“எங்க டாக்டர்? படிக்க வைச்சு புருசன் வீட்டுக்குப் போயித்தான் சம்பாதிச்சி குடுக்கப் போறாங்க. நம்மகூடவா இருக்கப்போறாங்க? காலாகாலத்துல கண்ணாலம் பண்ணி வைச்சிட்டா கடமை முடிஞ்சிடும். இல்லன்னா வயித்துல நெருப்பைக் கட்டிக்கிட்டு எத்தனை நாளைக்குத்தான் இருக்கறது? எங்களுக்கு அதெல்லாம் செட் ஆகாதுங்கமா.”

“இதோ பாருங்க. நீ சொல்ற எதார்த்த சிக்கல் நம்ம சமூகத்துல இருக்கத்தான் செய்யுது. அதுவே சரின்னு ஒருத்தரோட நியாயமான ஆசையை நாம வாய்ப்பிருந்தும் மறுக்கறது எவ்ளோ பெரிய தப்பு? அவ படிக்க பண உதவி வேணும்னா சொல்லுங்க செய்வோம். எங்க அப்பா அம்மாவுக்கு நானும் என் தம்பியும்தான். அவங்க எங்க வீட்டுக்குப் பக்கத்துலதான் இருக்காங்க. என்கூடத்தான் இருக்காங்க. அப்பா, அம்மா ரெண்டு பேரும் ரொம்பப்

படிக்காதவங்கதான். நான் டாக்டருக்குத்தான் படிப்பேன்னு அடம்பிடிச்சேன். படிச்சேன். நல்ல வேலைல இருக்கேன். அவங்கள கூடவே வைச்சிருக்கேன். அவங்களுக்கு எதுனாலும் நானும் தம்பியும் சேர்ந்துதான் செய்வோம். எதாவது தேவைன்னா தம்பிகிட்ட என்ன உரிமையோட கேட்பாங்களோ அதே போல என்கிட்ட உரிமையோட கேட்பாங்க. பெத்தவங்க ஆண் குழந்தை வீட்லதான் இருக்கணும்ன்னு சொல்லி பொண்ணோட படிப்பை நிறுத்திடறது எவ்ளோ பெரிய தப்பு இல்லையா? எங்க ரெண்டு பேரையும்தான பெத்தாங்க. எப்போதான் நாம மாறுறது?"

"அதெல்லாம் எதார்த்தத்துல செட் ஆகாது டாக்டர். பொண்ணு வீட்ல போயி எப்படி இருக்கறது? உங்க வீட்டுக்காரரோட அம்மா, அப்பா என்ன சொல்வாங்க? அவங்களுக்கு இருக்கும் உரிமை உங்க அப்பா, அம்மாவுக்கு இருக்காதே? இந்தச் சமூகம் பொண்ணு வீட்டோட போயிட்டான்னு கேவலமா பேசாதா?"

"என்னோட இணையரோட அப்பா, அம்மாவுக்கு எந்த அளவு உரிமை அவர்கிட்ட இருக்கோ அதே அளவு என்னோட அப்பா, அம்மாவுக்கு என்கிட்ட இருக்கில்லையா! ரெண்டு பேரோட அப்பா, அம்மாவையும் ரெண்டு பேரும் சமமா பார்க்கறதுதான சரி. அப்படித்தான் இருக்கோம். யதார்த்தத்துல சில சிக்கல்கள் இருக்கத்தான் செய்யும். அதுக்காக ஒட்டுமொத்தமா பெண்ணோட படிப்பை நிறுத்தறது கொஞ்சங்கூட நியாயமில்லைங்க. பொதுவாக சொத்து, சடங்குகள் செய்வது எல்லாம் பையன்தான் செய்யணும்ன்னு இருக்கு. இதெல்லாம்கூட ஒரு காரணமா இருக்கும். சொத்து கொடுத்தா கொடுங்க. ஆனா, படிப்பை மட்டும் நிறுத்திடாதீங்க. சமீபகாலமா ஆண், பெண் குழந்தைகளுக்குச் சொத்து தருவதும், இறப்பு சடங்குகளில் பெண்களும் பங்கெடுக்கறதும் ஆங்காங்கே நிகழ்ந்துகிட்டுதான் இருக்கு. மாற்றம் வர்றதுதான இயற்கை! நியாயமான மாற்றம் பரவலாகட்டுமே! அது நம்ம நல்லதுக்குத்தான!"

"எங்க மனைவியோட அப்பாவிற்குப் பையன் இல்லைன்னு அவங்க அக்காதான் இறப்பு சடங்கெல்லாம் செஞ்சாங்க. சொந்தக்காரங்க எல்லாரும் அதை எதிர்த்து வீட்டைவிட்டே போய்ட்டாங்க. ஆனா, அவங்க அப்பாவின் ஆசையை ஒத்த ஆளா நிறைவேத்தினாங்க. இப்போ நல்லாத்தான் இருக்காங்க. பையன் இருக்கும்போது பொண்ணு வீட்ல இருக்காங்கன்னு உங்க அப்பா அம்மாவை சமூகம் எதுவும் சொல்லலையா? உங்க

தம்பி அவங்க வீட்ல இல்லாம அக்கா வீட்ல இருக்கீங்கன்னு கேக்கலையா?"

"சமூகம் ஆயிரம் சொல்லும், வாழ்க்கையை நாமத்தான வாழப்போறோம். யார் பார்த்துக்கிட்டா என்னனு, என்னைக் கேட்கறவங்களுக்குப் பதில் சொல்லிடுவேன். தம்பியும் வாய்ப்பிருக்கும்போது வந்து பார்ப்பான். அப்பா, அம்மாவும் தம்பி வீட்டுக்கு அடிக்கடி போவாங்க. வந்து பார்த்துட்டும் போவான். பையன் வீட்லதான் இருக்கணும்னு எல்லாம் இந்த நவீன காலத்துலயும் பேசிக்கிட்டு இருந்தோம்னா எப்படிங்க? போயி பொண்ணைப் படிக்க வைங்க! பையனோ பொண்ணோ எல்லாம் ஒண்ணுதாங்க."

இதையெல்லாம் கேட்டதும் கருப்பசாமியைவிட கமலாவுக்கே பெருமகிழ்ச்சி வந்தது. அவருக்கு வாய்க்காத கல்வியைத் தன் மகளுக்கு எட்டும்விதம் பேசியது பெரும் நம்பிக்கை ஒளியைத் தந்தது. கருப்பசாமிக்கும் ஏதோ நம்பிக்கை வந்து சேர்ந்ததை அவரின் பிரகாசமான தெளிவான முகமே காட்டிக் கொடுத்திருந்தது மருத்துவருக்கு. காய்ச்சல் உடலில் இருந்தாலும் மனநிறைவோடும் மனமகிழ்ச்சியோடும் வீடுவந்து பல்லவியைப் பார்த்தார் கருப்பசாமி.

24. பெண்ணுடலை நேசிக்க விடுவோம்!

மயிலா தன் ஆட்டுக்குட்டியுடன் தன் வீட்டிலிருந்து தொலைவில் உள்ள ஒத்த பாறையின் மீதேறி தன் வீடு, பள்ளிக்கூடம், அவங்க ஊர் கோயிலென ஒவ்வொன்றாகப் பார்க்கும்போது ஏற்படும் ஆனந்தத்திற்கு அளவேது. அந்தப் பாறை அவளோட ஊரில் உயரமான இடம் ஆதலால் அங்கிருந்து ஊரின் பகுதிகளைக் காணலாம். மயிலாவிற்கு மிகவும் பிடித்த இடம். அடிக்கடி அங்கு ஆட்டுக்குட்டி சின்னுவுடன் வந்து விளையாடிவிட்டுச் செல்வாள்

அன்றொரு நாள் ஒத்தப் பாறைக்குக் கிளம்பிக் கொண்டிருந்தாள். வெளில கிளம்பறோம் என சிக்னல் மயிலாவிடமிருந்து கிடைக்க ஆட்டுக்குட்டியும் துள்ளலோடு தயாரானது.

தான் நினைக்கும் அத்தனை விடயங்கள், ஆசைகள் எல்லாவற்றையும் ஆட்டுக்குட்டி சின்னுவிடம் சொன்னால்தான் மனநிம்மதியே மயிலாவுக்கு. அன்றும் அப்படித்தான். தோழி பருவமெய்தியதால் வீட்ல தனியா ஒக்கார வைச்சி ரொம்ப நாளா பள்ளிக்கு வராம இப்போதான் தீட்டு கழிச்சி வீட்டுக்கு அழைத்துக் கொண்டுவிட்டதால் பள்ளிக்கு சில நாள்கள் கழித்து வந்தாள் என தோழி குறித்து சொல்லிக் கொண்டே வந்தாள். சின்னுவும் அதற்குப் பதிலுரைப்பதாக மே மே என கத்திக் கொண்டே வந்ததை மயிலாவும் கவனித்தாள்.

“உனக்கென்ன நீ ஜாலியா இருப்ப, வயசுக்கு வர்றது ஒக்கார வைக்கறது தீட்டு கழிக்கிறது இதெல்லாம் உங்களுக்கு இல்லை பாரு. எங்க மனுச ஆளுங்கதான் இப்படி புனிதம், தீட்டுன்னு ஒரு பக்கம் எங்களைப் பாடா படுத்தறாங்க. நான் எப்போ வயசுக்கு வரப்போறனோ எனக்கு பக்குன்னு இருக்கு. வந்தா ஒக்கார வைக்கிறேன் பங்ஷன் பண்றேன் சீர் வரிசை வாங்கணும்ன்னு ஒரே களேபரம் பண்ணிடுவாங்க. அது மட்டுமில்லாம “ என நிறுத்தியதும் சின்னு மே எனக் கத்துவதை நிறுத்தி அடுத்து என்னாச்சோ என்பதுபோல பார்த்தது.

“அதுக்கப்பறம் போடறக் கட்டுப்பாட்டை நினைச்சா கெதக்குன்னு இருக்கு. வயசுக்கு வந்த தோழிகளெல்லாம் வீட்ல போடறக் கட்டுப்பாடுகளைக் கதை கதையாச் சொல்றாங்க. எங்க வீட்ல என்னென்ன சட்டம் போடுவாங்களோ! இப்பவே லைட்டா முன்னோட்டமா சொல்லிக்கிட்டுதான் இருக்காங்க. நானும் கேட்காம சுத்திக்கிட்டு இருக்கேன்.”

ஓடிக்கொண்டிருந்த சின்னு கவலையாக மயிலா பேசியதும் நின்று மயிலாவின் முகத்தைக் கவனிக்க...

“அதான் அப்பவே சொன்னனே எங்க மனுசங்கள்லதான் இப்படின்னு... அப்படி என்ன கட்டுப்பாடுன்னு பார்க்கறியா? இந்த மாதிரி வீட்டைவிட்டு ஒத்தப் பாறைக்கெல்லாம் வர முடியாது. அங்க போகக்கூடாது இங்க நிக்கக்கூடாது உக்காரக்கூடாது வீட்லயே இருக்கணும்ன்னு நிறைய கட்டுப்பாடுகள் இருக்கும். அதுக்கப்புறம் நம் இஷ்டமெல்லாம் ஒண்ணுமில்ல எல்லாம் ஊட்ல, பக்கத்துல சொல்றபடிதான் கேட்கணும். பொண்ணுன்னா இப்படி அப்படி இருக்கணும்ன்னு ஆளாளுக்கு லச்சர் எடுப்பாங்க. எங்கக்காவுக்கு எவ்ளோ பேர் இப்படி பாடம் எடுக்கறதப் பார்த்திருக்கேன்.”

துள்ளிக் கொண்டிருந்த சின்னுவுக்கு இப்போ சற்று துள்ளல் குறைவாகவே இருந்தது.

“எல்லாத்தையும் சமாளிப்போம் விடு. நாம சமாளிக்காம யார் சமாளிக்கறது” என தனக்குத்தானே சமாதானம் சொல்லிக் கொண்டாள் மயிலா. ஒத்த பாறையின் மீதேறி ஊரை பார்த்துவிட்டு பனம்பழத்தைச் சுவைத்தபடியே சிறிது நேரம் விளையாண்டுவிட்டு மரங்களிடமெல்லாம் பேசிவிட்டு வீடு வந்து சேர்ந்தார்கள் மயிலாவும் சின்னுவும்.

வழக்கம்போல பள்ளி நாள் அன்று நண்பர்களுடனான கேலி, கிண்டல், படிப்பு, வாசிப்பு என போச்சு. மாலை நேரம். வாழ்க்கைத் திறன் வகுப்பும் வந்து சேர்ந்திருந்தது அன்றைய நாளில்.

கீதா டீச்சர் " இன்னைக்கி ஒரு முக்கியமான விடயம் பேசப் போறோம். பெண் குழந்தைங்க மட்டும் வகுப்பில் இருங்க. ஆண் குழந்தைங்க இன்று நூலகம் சென்று வாசிக்கலாம். வாசிச்சிட்டு அனுபவத்தை நாளைக்கு வகுப்பில் பகிருங்க. "

"அப்போ ஏதோ அவங்ககிட்ட பர்சனலா பேசப்போறிங்க. சரிங்க மிஸ். நாங்க நூலகம் போறோம் கட்டாயம் பகிர்வோம். பகிரலன்னா எப்படி" என மணிகண்டன் சொல்ல ஆண் குட்டிகள் அனைவரும் கிளம்பினர்.

"எங்ககிட்ட என்ன மிஸ் தனியா பேசப்போறிங்க. என்னானு சீக்கிரம் சொல்லுங்க. ஒரே சஸ்பென்ஸா இருக்கு."

"உங்களுக்கு பருவமெய்தினதும் உடலில் மாற்றம் ஏற்படுது? அதை எப்படி நீ எதிர்கொண்டீங்க."

"ஒண்ணும் புரியல மிஸ். கொஞ்சம் விளக்கமா சொல்லுங்க."

"அதாவது கொஞ்சம் பெருசானவுடன் மார்பகம் வளர்றது, வயசுக்கு வந்தவங்களுக்கு மாதவிடாயின்போது இரத்தப்போக்குன்னு உடல்ல மாற்றம் வருதுல்ல அதை எப்படி உணர்ந்தீங்கன்னு கேட்கறேன்."

"மிஸ் நான் பாட்டுக்கு ஜாலியா ஊரைச் சுத்திக்கிட்டு இருந்தேன். வயசுக்கு வந்ததும் அவ்ளோதான் என் வாழ்க்கையே தலைகீழா மாறிப்போச்சு. அதிலும் வீட்ல இருந்தாக்கூட துப்பட்டா போடணும்ன்னு ஒரே டார்ச்சர் எங்க வீட்ல ஒண்ணும் சொல்லலன்னாக்கூட பக்கத்து வீட்டு அக்கா வந்து திட்டிட்டு போறாங்க." இது ரோஜா

"எங்க வீட்ல வெளில போகும்போதுதான் துப்பட்டா போடணும். வீட்ல அவ்வளவா கண்டுக்கறதில்ல. எனக்கு அவ்வளவா பிரச்சனை இல்லை மிஸ்." இது பல்லவி

"துப்பட்டா போடணும், வேலை செய்யும்போது அதை வேற ஒருபக்கம் இழுத்துக்கிட்டு கடுப்பா இருக்கும். குனிஞ்சா முன்பக்கம் ட்ரஸை பிடிச்சுக்கணும்ன்னு எங்கம்மா சொல்லிக்கிட்டே இருப்பாங்க. நல்ல வேளை நம்ம ஸ்கூல்ல

சுடிதார், கோர்ட் போடறோம். விளையாடும்போதும் எதாவது வேலை செய்யும்போதும் வசதியாயிருக்கு மிஸ்" என கீர்த்தனா சொல்ல, ஒவ்வொரு குட்டிகளாக சொல்லிக்கொண்டே வந்தனர்.

"மார்பகம் வளருது அதை மறைக்கத் துப்பட்டா போடச் சொல்றாங்க. மார்பகம் வளர்வதை உங்க மனசு எப்படி பார்க்குது. அது எதுக்குன்னு யோசிக்கிறீங்க."

"ஏண்டா வளருது அதனாலத்தான் துப்பட்டா போடுன்னு சொல்றாங்கன்னு தோணும். அது வளராம இருந்துடக்கூடாதா, நாம குழந்தையாகவே இருந்திடக்கூடதா எனத் தோணும் மிஸ்."

"நம் உடல் மீது இந்தச் சமூகம் இப்படி வெறுப்பை ஏற்படுத்துது கேட்கவே வருத்தமா இருக்குது. மார்பகம் கொழுப்பலான திசுக்களைக் கொண்ட ஓர் உறுப்பு. எலும்புகள் ஏதுமில்லாம தசைகளால் ஆனதால சதையா தொங்குது. இயற்கை தன் சந்ததிக்குப் பாலூட்டப் படைத்திருக்கு அதை நாம் தெரிஞ்சிக்கணும். இயற்கையின் படைப்பில் ஒவ்வொன்னுக்கும் பணி இருக்கும் அது போலத்தான் மார்பகத்திற்கும். "

"இப்போதான் மிஸ் அதெல்லாம் தெரிஞ்சுக்கறோம். சின்னதா இருந்தா சின்னதா இருக்குன்னு சொல்றாங்க. பெருசா இருந்தாலும் இவ்ளோ பெருசான்னு கிண்டல் பண்றாங்க. எனக்கெல்லாம் பெருசா ஆயிடக்கூடாது நார்மல் சைஸ்ல இருக்கணும்ன்னு சாமியை வேண்டிக்குவேன் மிஸ்."

"நீ சொல்றது கரெக்ட் மாலா. நம் உடல்வாகு மரபியல்படி நம்ம பாட்டி, அம்மாவுக்கு எப்படி இருக்கோ அப்படித்தான் நமக்கும் இருக்கும். அதுக்கெல்லாம் கவலைப்படக்கூடாது. இது நம் உடல், இயற்கை படைத்திருக்கு. சிறப்பா வைச்சுக்கணும்ன்னு நெனக்கணும். நம் உடலை நாம் ஒரு போதும் வெறுக்காம லவ் பண்ணனும்."

"எங்க எங்களை விரும்பவிடறாங்க மிஸ். நான் இன்னும் வயசுக்கே வர்ல ஆனா எனக்கே சீக்கிரம் வந்திடக்கூடாதுன்னு சாமியை வேண்டிக்கிட்டு இருக்கேன். எங்களுக்கு இருக்கற கட்டுப்பாடுகள் ஆண்களுக்கு இல்லை. அவங்க எப்பவும் போல ஊரச் சுத்தலாம். ஏன் அவங்க வயசுக்கு வந்தானா என்னன்னே தெரியாது. ஏன் மிஸ் எங்களுக்கு இவ்ளோ கட்டுப்பாடுகள்! அதுவே பெரிய டார்ச்சரா இருக்கு." மயிலா ஆதங்கப்பட்டாள்.

“பருவமடைஞ்சதும் ஆண், பெண் இருவருக்கும் உடலில் மாற்றங்கள் ஏற்படுது. அதை நம் கல்விலயும் பெருசா சொல்லித்தரதில்ல. என்ன நம் உடலில் நடக்குதுன்னு தெளிவா அவர்களுக்குப் புரிய வைத்து அதை அவங்க எதிர்கொள்ள நம்பிக்கையை அளிக்கணும். மாறாக நம் சமூகம் அறிவியலுக்கு மாறாக புனிதம், தீட்டுன்னு ஒரு பக்கம் நம் உடல் மேல திணிக்குது. ஆண்களுக்கும் ஒரு பக்கம் ஏதேதோ கற்பிதங்கள் சொல்லப்படுது.”

“ஆண்களையும் இயல்பா இருக்கவிடறதில்லையா? கொடுமைங்க மிஸ். இப்படி நம் உடலை வெறுக்கறதால என்ன ஆகும்ன்னு தெரியல. ஆனா வேற என்னத்த பண்றதுன்னு எங்களுக்குத் தெரியல மிஸ். “

“உடலை வெறுக்கறதால நம் உடலைப் பராமரிக்கறது குறையும். சரியா உணவு, தண்ணீரை எடுத்துக்கறதில்ல. அதானால உடல் பலவீனம் ஆயிடும். இன்னொரு பக்கம் நம்மை அப்படி சொல்லிட்டாங்க, இப்படி சொல்லிட்டாங்கன்னு மனவருத்தம் ஏற்பட்டு மன அழுத்தமும் ஏற்பட வாய்ப்பிருக்கு. இப்படித்தான் அக்கம்பக்கம் பேசுவாங்க நாம் நம் உடல் மீது அன்பு செலுத்தத் தொடங்கணும். நல்லா உடல் பிட்னஸோட பராமரிக்கணும். “

“மிஸ் நம்மைப் பத்தி சொல்றதைக் காதுல வாங்காம நம் உடலை லவ் பண்ணனும்ன்னு சொல்றிங்க. இது எங்களுக்குப் புதுசா இருக்கு மிஸ்...”

“உடல் மீது பல விடயங்கள் கட்டமைக்கப்படிருக்கு. அவை இயற்கையானது அல்ல செயற்கையானது. இதெல்லாம் தப்புன்னு இப்பவே ஒரு நிமிசம் மாத்திட முடியாது. தொடர்ந்து வாய்ப்பு இருக்கற எடத்துல, உரையாடலாம். நமக்கு முன் சென்ற பெண் எழுத்துகளை நாம் வாசிக்கும்போது நமக்கு அவங்க கடந்து வந்த பாதை நாம் செல்ல வேண்டிய பாதை புலப்படும். நம் உடலோட ஆரோக்கியத்தை நல்லா பார்த்துக்குவோம். நம் உடலை விரும்புவோம்!”

“கட்டாயம் வாசிக்கத் தொடங்கறோம் மிஸ்” என ஒருமித்த குரலில் சொல்ல

குழந்தைகள் மனம் திறந்ததையும் அவர்கள் மனதைப் பயின்றதையும் எண்ணி, கீதா ஆசிரியரின் மனம் ஆனந்தக் கூத்தாடியது.

ஹெர் ஸ்டோரிஸ் பற்றி...

காலம் காலமாக பெண் குரல்களை சமூகம் நசுக்கியே வந்திருக்கிறது. உயிர்க்காற்று தவிர வேறெதற்கும் பெண் வாய் திறந்திடா வண்ணம் அவளது குரல்வளையை காலமும் சூழலும் சமூகமும் நெறித்துக் கொண்டேதான் இன்னமும் இருக்கின்றன. தனி வெளியோ, பொது வெளியோ, எங்காகினும் பெண்ணின் பார்வை உள்நோக்கியதாகவே, சுயத்தை, தன் குடும்பத்தை, தன் உறவுகளை நோக்கியே சிந்திக்கவும் ஆசிக்கவும் கட்டமைத்திருக்கிறது,

ஆயிரமாயிரம் ஆண்டுகால அடிமைத்தளை. தளை உடைக்க, சுவாசிக்க பெண்ணுக்குத் தேவை ஒரு துளி விடுதலை உணர்வு, கொஞ்சமே கொஞ்சம் தனக்கான வெளி. அந்த வெளியில் அவளுடன் இணைந்து பறக்கத் தயாராக இருக்கும் கூட்டுப் புழுக்கள் ஒன்று கூடினால்?

தங்கள் கதைகளை அவை தங்களுக்குள் பேசி, ஒருவரை ஒருவர் தாங்கினால், ஏந்திப் பிடித்தால், கை கொடுத்து சிறகு தடவினால்... பறக்கலாம். வானை வசப்படுத்தலாம். கதைகள் பேச இதுவே வெளி, தளையை உடைக்க இதுவே களம். வெற்றி கொள்ள இதுவே உரம். *Her Stories* - நம் வெளி, நம் கதைகள், நம் வெற்றி. இணைந்து பறப்போம். பட்டுப் பூச்சிகளாவோம்.

HER Stories

வெளியீடுகள்

துப்பட்டா போடுங்க தோழி - **கீதா இளங்கோவன்**

கேளடா மானிடவா - **சே.பிருந்தா**

தேவதைகள் சூனியக்காரிகள் பெண்கள் - **மருதன்**

விலங்குகளும் பாலினமும் - **நாராயணி சுப்ரமணியன்**

அடுக்களை டு ஐநா - **ரமாதேவி ரத்தினசாமி**

தமிழ்ப் பொண்ணும் துபாய் மண்ணும் - **சாந்தி சண்முகம்**

மரிக்கொழுந்து கற்பகம் அழகம்மாள் மற்றும் சில மதுரைப் பெண்கள் - **தீபா நாகராணி**

நான் எனும் பேரதிசயம் - **ஜான்சி ஷஹி**

சந்திரகிரி ஆற்றங்கரையில் - **சாரா அபூபக்கர்**

கதவு திறந்ததும் கடல் - **பிருந்தா சேது**

பெருங்காமப் பெண்களுக்கு இங்கே இடமிருக்கிறதா? - **கனலி**

பாதைகள் உனது பயணங்கள் உனது - **ஹேமா**

பாதை அமைத்தவர்கள்: முதல் பெண்கள் II - **நிவேதிதா லூயிஸ்**

பூப்பறிக்க வருகிறோம்! - **பாரதி திலகர்**

தொடர்புக்கு:

ஹெர் ஸ்டோரீஸ்

15, மகாலக்ஷ்மி அபார்ட்மெண்ட்ஸ், 1, ராக்கியப்பா தெரு, சென்னை-600004

+91 7550098666 strong@herstories.xyz

www.herstories.xyz